ചുവർചിത്രങ്ങൾ

ജോമി വടശ്ശേരിൽ ജോസ്

INDIA • SINGAPORE • MALAYSIA

ചുവരിലെ ചിത്രങ്ങൾക്ക് അന്ന് കരിയുടെ നിറമായിരുന്നു....
അഞ്ജനകരിയുടെ തണുപ്പുള്ള കറുപ്പ് നിറം....പിന്നീടാണ്
വർണങ്ങളുണ്ടായത്....... അപ്പോഴേക്കും രാത്രിയായി കഴി
ഞ്ഞിരുന്നു. ഈ യാത്രയിൽ ഒരു റാന്തൽ വിളക്കോ കത്തുന്ന
ചൂട്ടുകറ്റയോ അനിവാര്യമാണ്......അതിന്റെ വെളിച്ചത്തിൽ
ചുവരിലെ ചിത്രങ്ങൾക്ക് ഒരു വല്ലാത്ത ഭംഗിയാണ്...അവിടെ
നിങ്ങൾ എന്നെ കണ്ടേക്കാം, പ്രഭാതമാകുന്നതു വരെ വിള
ക്കിന് ചുറ്റുമിരുന്ന് നമുക്ക് കഥകൾ പറയാം....നടന്നതും നട
ക്കാനിരിക്കുന്നതുമായ കഥകൾ.......ഒടുവിൽ പിരിയുമ്പോൾ
ഒരു ചിത്രം ഞാൻ നിങ്ങൾക്ക് സമ്മാനിക്കാം....ആ രാത്രിയിൽ
എന്റെ ഹൃദയത്തിന്റെ ചുവരിൽ നീ വരച്ച ഒരു ചിത്രം.......

...........ചുവർചിത്രങ്ങൾ

ഉള്ളടക്കം

സമർപ്പണം

കഥകൾകൊണ്ട് കുട്ടിക്കാലത്തെ

എന്റെ സായാഹനങ്ങളെ ദീപ്തമാക്കിയ

എന്റെ അപ്പച്ചന്.......

എന്റെ കഥകൾ ക്ഷമയോടെ കേട്ട്

എന്നെ കഥകൾ എഴുതാൻ പഠിപ്പിച്ച

എന്റെ അപ്പന്.............

ഞാൻ എഴുതിയ കഥകൾ വായിച്ച്

അത് നെഞ്ചോടു ചേർത്ത് എന്നെ സ്നേഹിച്ച

എന്റെ പപ്പക്ക്.............

ആമുഖം

ഒരാൾ ആദ്യമായി എഴുതാൻ തുടങ്ങുന്നത് എപ്പോഴാണ്..... ഒരു കഥാതന്തു മനസ്സിൽ രൂപപ്പെടുമ്പോഴോ... അല്ലെങ്കിൽ പണ്ട് നടന്ന ഒരു സംഭവം ഓർത്തെടുക്കാൻ മാത്രം എന്തെ ങ്കിലും സംഭവിക്കുമ്പോഴോ... അറിയില്ല...

ഒരിക്കൽ നല്ല ഭാവനയും ഉയർന്ന ചിന്തയുമുള്ള എന്റെ ഒരു സുഹൃത്തിനോട് ഞാൻ ചോദിച്ചു.

എന്തെങ്കിലും എഴുതരുതോ.....?

അവൻ ചിരിച്ചുകൊണ്ട് മറുപടി പറഞ്ഞു.

എന്തെങ്കിലും എഴുതണമെങ്കിൽ ആദ്യം നല്ല വായന വേണം. പരന്നതും ആഴത്തിലുമുള്ള വായന. അങ്ങനെ വായിച്ചു വായിച്ചു കുറേ കഴിയുമ്പോൾ കന്മദം പോലെ യൊന്ന് മനസ്സിന്റെ അടിത്തട്ടിൽ നിന്ന് പുറത്തേക്ക് തികട്ടാൻ തുടങ്ങും. അപ്പോൾ, അപ്പോൾ മാത്രമാണ് എഴുതേണ്ടത്.

എനിക്കോർമ്മയുണ്ട് ഞാൻ എന്നാണ് എഴുതാൻ തുട ങ്ങിയതെന്ന്.... 'catharsis' എന്ന പദം പണ്ട് പാഠപുസ്തക ങ്ങളിൽ വായിച്ചപ്പോളല്ല, മറിച്ച് ജീവിതത്തിൽ പഠിച്ചപ്പോ ഴാണ് അതിന്റെ അർത്ഥം എനിക്ക് മനസ്സിലായത്. എഴുത്താ യിരുന്നു എന്റെ 'catharsis'. എനിക്ക് പിടിച്ചുകയറാനുള്ള എന്റെ കച്ചിത്തുരുമ്പ്....

അവതാരിക

ആത്മാവിഷ്ക്കരണം മറ്റുള്ളവരിലേക്ക് എത്തിക്കുവാൻ വളരെ എളുപ്പമായ ഒരു കാലഘട്ടത്തിലാണ് നാം ജീവിക്കു ന്നത്. അതുകൊണ്ട് തന്നെ ആത്മപ്രദർശനത്തിലേക്ക് വഴുതി വീഴാനുള്ള പ്രവണതയുമുണ്ട്. ഇവിടെയാണ് ഈ കഥകൾ വ്യത്യസ്തമാകുന്നത്. ജീവിതത്തിന്റെ ഒരു പ്രത്യേക ഘട്ടത്തി ലാണ് ജോമി എഴുതിത്തുടങ്ങുന്നത്. ജോമി പറയുന്നതു പോലെ എഴുത്തെന്നതിലുപരി അതൊരു 'catharsis' ആയി രുന്നു. പക്ഷേ ജോമി അവിടെ നിർത്തിയില്ല. പുറത്തുവന്ന തന്നിലെ എഴുത്തുകാരനെ നിർബാധം വളരുവാൻ അനുവദി ച്ചു. ഇപ്പോൾ നാം അനുവാചകരും അതുകാണുന്നു.

വൈവിധ്യപൂർണമാണ് ജോമിയുടെ രചനാലോകം. അന്യാപദേശകഥകൾ (കോട്ടമൈതാനിയിലെ തെണ്ടി), മിസ്റ്റിക് കഥകൾ (കുരങ്ങപ്പൂപ്പനും കല്യാണിയും) തുടങ്ങി കഥയെന്നു വിശേഷിപ്പിക്കാനാകാത്ത ശുദ്ധ സിമ്പോളിക് രച നകളും (സ്വർഗത്തിലേക്കുള്ള വഴി) ഇതിലുൾപ്പെടുന്നു. എന്നാൽ ബാല്യകൗമാരങ്ങളിലെ നുറുങ്ങ് ജീവിതാനുഭവ ങ്ങൾ ആവിഷ്ക്കരിക്കുമ്പോഴാണ് ജോമി ഏറ്റവും കൈത്ത ഴക്കം പ്രദർശിപ്പിക്കുന്നത്. മതാത്മകമല്ലാത്ത ക്രിസ്തീയത കലർന്ന ശുദ്ധ കാൽപ്പനികതയാണ് ഈ രചനകളിലെ അന്തർധാര. ഒരു രാഷ്ട്രീയ കൊലപാതകത്തെയും അതുള വാക്കിയ സംഘർഷങ്ങളെയും ഒരു മധുരമിഠായിയുടെ പശ്ചാ ത്തലത്തിൽ അവതരിപ്പിക്കുക എന്നിങ്ങനെ രൂപഘടനയിൽ

പ്രതിഭയുടെ ചില മിന്നലാട്ടങ്ങളും കഥാകൃത്ത് കാണിച്ചുതരു
ന്നു.

ആവിഷ്ക്കരിയ്ക്കപ്പെടുന്ന എന്തിലും "correctness"
നോക്കപ്പെടുന്ന ഒരു കാലഘട്ടമാണിത്. ഈ കഥകൾ നിങ്ങ
ളുടെ മുമ്പിൽ തുറന്നു വയ്ക്കപ്പെടുന്നു. ഞാൻ ഇവയിൽ
കാണുന്നത് ക്രിസ്തുവിനെയാണ്. ആശുപത്രിവരാന്തക
ളിലും ഐ.സി.യുകളിലും കറങ്ങിനടക്കുന്ന ക്രിസ്തു;
ഷോപ്പിങ് മാളിലെ നിസ്സഹായയായ വിൽപ്പനക്കാരിപ്പെൺകു
ട്ടിയ്ക്കു മുമ്പിൽ പ്രത്യക്ഷപ്പെടുന്ന ക്രിസ്തു. ലിംഗസമത്വ
ത്തെപ്പറ്റി സ്കൂളിൽ ക്ലാസ്സെടുക്കുന്ന ക്രിസ്തു. അവധിക്കാല
ങ്ങളിൽ സ്റ്റോർമുറിയുടെ ഏകാന്തതയിൽ കളിക്കൂട്ടുകാരനാ
യെത്തുന്ന ക്രിസ്തു.

ഈ കഥകളിൽ ചിലതിനെങ്കിലും വായനക്കാരുടെ മന
സ്സിന്റെ ചില കോണുകളിൽ അനുരണനങ്ങൾ സൃഷ്ടിക്കാനാ
കുമെന്ന് ഞാൻ വിശ്വസിക്കുന്നു. ഇവ നന്നായി സ്വീകരിക്ക
പ്പെടുമെന്നും ഇതിനൊരു തുടർച്ചയുണ്ടാകുമെന്നും പ്രത്യാ
ശിക്കുന്നു.

ഡോ.ഹരിദാസൻ വി
അസോസിയേറ്റ് പ്രൊഫസർ
ഹൃദയരോഗ വിഭാഗം
കോഴിക്കോട് മെഡിക്കൽ കോളേജ്.

1. പൂവൻപഴവും അവലോസുണ്ടയും

റപ്പായി ചേട്ടൻ വലിയ വിഷമത്തിലാണ്. രണ്ടു ദിവസമായി മറിയാമ്മച്ചേടത്തിയോട് ഒന്നു മിണ്ടീട്ട്. അവർ തമ്മിൽ അങ്ങനെ വഴക്ക് ഒന്നും ഉണ്ടാകാത്തതാണ്. ഉണ്ടായാലും അതങ്ങനെ നീണ്ടുപോകാറില്ല. ഇതിപ്പോ...വയ്യ, റപ്പായി ചേട്ടൻ ഉമ്മറത്തെ ചാരുകസേരയിലിരുന്ന് റോഡിൽ വണ്ടി പോകുന്നത് നോക്കി കിടന്നു. വഴക്ക് എപ്പോൾ വേണമെ ങ്കിലും പരിഹരിക്കാം. ഒന്നു ചെന്ന് അവളോട് മിണ്ടേണ്ട കാര്യമേയുള്ളൂ. പക്ഷേ പ്രശ്നം അതല്ല. എന്തിനാണ് വഴക്ക് കൂടിയതെന്ന് എത്ര ആലോചിച്ചിട്ടും ഓർമ്മകിട്ടുന്നില്ല. പ്രായം എൺപത്തെട്ടായ് അവൾക്ക് എൺപത്താറും. വാദ ത്തിന്റെ പ്രശ്നമാണ് അവൾക്കെങ്കിൽ തനിക്കു ഓർമ്മക്കുറ വിന്റേതാണ്. അങ്ങനെ വലിയ കുറവൊന്നുമില്ല. എന്നാലും

ഇങ്ങനത്തെ ഓരോ കാര്യങ്ങൾ മറന്നുപോകും. പിന്നെ ഒട്ടു കിട്ടുകയുമില്ല.

ഞായറാഴ്ച കുർബാനക്ക് എല്ലാവരും ടിവിയുടെ മുമ്പിൽ കൂടി. കൊറോണ എന്ന ഒരു അണു കാരണം ആകെ യുണ്ടായിരുന്ന പള്ളീപോക്കും നിന്നു. ഇപ്പോൾ എല്ലാം ഈ ടീവിയിലാണ്. ലോക്ഡൗൺ ആയതിൽ പിന്നെ പെൺമക്ക ളായ ഗ്രേസിയും മോളിയും അവറ്റകളുടെ കൊച്ചുങ്ങളെയും കൊണ്ട് ഇവിടെയാണ്. നശൂലം പിടിച്ച കൊച്ചുങ്ങളാണെ ങ്കിൽ ചെവിതല കേൾപ്പിക്കില്ല. ഏതു നേരവും മൊബൈൽ ഫോണും കുത്തിക്കൊണ്ടു അടിപിടി തന്നെ.

മറിയാമ്മ തന്റെ മുഖത്തേക്ക് പോലും നോക്കുന്നില്ല. താഴേക്കു നോക്കി ഒരേ നിൽപ്പാണ്. എന്തെങ്കിലും പ്രതിക രണം ഉണ്ടാകുമോ എന്നറിയാൻ ഒന്നു ഉണ്ടാക്കി ചുമച്ചു. പണ്ടത്തെപോലയല്ല...ഇപ്പോഴൊക്ക ഉണ്ടാക്കി ചുമക്കാൻ എളുപ്പമാണ്. ഒരു തുടക്കം അങ്ങ് ഇട്ടു കൊടുത്താ മതി. ബാക്കിയെല്ലാം ശ്വാസകോശം നോക്കിക്കൊള്ളും... പഴയ Yamaha ബൈക്കിന്റെ കിക്കർ അടിക്കുന്നത് പോലെ. ചുമ തുടങ്ങിയപ്പോഴേ ഗ്രേസി തന്റെ കൊച്ചുങ്ങളെ വലിച്ചു മാറ്റി നിർത്തി. ഇനി അപ്പച്ചന് കൊറോണ വന്നോ എന്ന് സംശയി ച്ചുള്ള നോട്ടവും. ചുമ കത്തിക്കയറുകയാണ്. നിർത്തണ മെന്ന് തനിക്കു ആഗ്രഹമുണ്ട്, പക്ഷേ ശ്വാസകോശം സമ്മതി ക്കണ്ടേ. മോളി എന്ത് പറ്റി അപ്പച്ചാ എന്ന് ചോദിച്ചുകൊണ്ട് നിന്നേടത്തു തന്നെ നിപ്പാണ്. അവസാനം ഒരു വിധത്തിൽ സന്ധിയായി. ക്ഷീണിച്ചു കസേരയിൽ ഇരുന്നപ്പോഴും മറി യാമ്മ താഴേക്കു തന്നെ നോക്കി നിൽക്കുകയാണ്. ഒരു പ്രതി കരണവുമില്ല. അപ്പോൾ പ്രശ്നം ഗുരുതരമാണ്. സാധാരണ

ഉള്ളത്പോലത്തെ താൻ കിടക്കയിൽ മുള്ളിയതിനോ അവ ളുടെ ആങ്ങളേടെ മോൻ വന്നപ്പോ ഗൗനിക്കാത്തതോ ഒന്നു മല്ല പ്രശ്നം. ഹേ.... ഈ ഓർമക്കുറവ് കണ്ടുപിടിച്ചവനെ എങ്ങാനും ഇപ്പോ കൈയ്യിൽ കിട്ടിയിരുന്നെങ്കിൽ.....

വിശുദ്ധ കുർബാനയിൽ അച്ഛൻ സുവിശേഷം വായി ക്കാൻ തുടങ്ങി.

വിവാഹമോചനത്തെക്കുറിച്ചുള്ള സുവിശേഷഭാഗമാണ് വായിക്കുന്നത്... ഈ പ്രായത്തിൽ ഇനി തന്നെ ബാധിക്കുന്ന കാര്യമല്ലല്ലോ എന്ന് കരുതി അല്പം അലസമായി താഴേക്കു നോക്കി ഇരുന്നു. 'ദൈവം സംയോജിപ്പിച്ചത് മനുഷ്യൻ വേർപ്പെടുത്താതിരിക്കട്ടെ' എന്ന വാചകം വായിച്ചതും മറി യാമ്മ കർത്താവ് തന്നെ തള്ളി പറഞ്ഞ പത്രോസിനെ നോക്കിയത് പോലെ തിരിഞ്ഞ് തന്നെ നോക്കി. കോഴി കൂവി യില്ലെന്ന് മാത്രം. ദൈവമെ, ഇത് എന്തിനുള്ള പുറപ്പാടാണ്. ഈ കുർബാന കഴിഞ്ഞാൽ ഉടൻ ഇതിനൊരു തീരുമാനമു ണ്ടാക്കണം.

അപ്പോഴാണ് റപ്പായി ചേട്ടൻ ശ്രദ്ധിക്കുന്നത്. മറിയാമ്മ യുടെ ഇടതുനെറ്റിയിൽ ഒരു പ്ലാസ്റ്റർ ഒട്ടിച്ചിരിക്കുന്നു. അതി നൊത്ത നടുക്ക് 25 പൈസ വലുപ്പത്തിൽ ചോര പൊടിഞ്ഞ പാടും......

കുർബാന കഴിഞ്ഞ ഉടനെ റപ്പായി ചേട്ടൻ പുറത്തെ ചാരുകസേരയിൽ വന്നിരുന്നു. എന്നിട്ട് മോളിയെ വിളിച്ചു.

'എന്താടി അമ്മച്ചിയുടെ നെറ്റിയിലൊരു പ്ലാസ്റ്റർ.....? '

'ഹാ അത് ശരി , അപ്പൊ അപ്പച്ചനൊന്നും ഓർമ്മയില്ലാ...?

' ഇല്ല ഓർമയില്ല...'

'മിനിഞ്ഞാന്ന് ഇവിടെ നടന്നതൊന്നും ഓർമ്മയില്ലാ....?'

'എടീ...നശൂലം പിടിച്ചവളെ നിന്നോടല്ലേ പറഞ്ഞത് ഒന്നും ഓർമ്മയില്ലാന്ന്.....'

'ഈ അപ്പച്ചനെകൊണ്ട് തോറ്റു...... പഴേ പൂവൻപഴം കേസ് തന്നെ....'

പൂവൻപഴം...പഴയ പൂവൻപഴം കേസ്...റപ്പായിചേട്ടൻ ഒന്ന് പിന്നാക്കം ചാഞ്ഞിരുന്നു. അതിപ്പോളും അവള് മറന്നി ല്ലേ... സംഭവം നടക്കുന്നത് എൺപതുകളിലെപ്പോഴോ ആണ്. അതായത് പത്തുമുപ്പത് വർഷം മുമ്പ. അന്ന് റപ്പായിച്ചേട്ടന്റെ വീട്ടിൽ കളർ ടിവി വാങ്ങിയ ദിവസമായിരുന്നു. ഒരു ബുധനാ ഴ്ച. പഴയ കാര്യങ്ങൾ ഇപ്പോഴും റപ്പായിച്ചേട്ടന് നല്ല ഓർമ്മ യാണ്... രാത്രി ചിത്രഹാർ ഉണ്ട്..... കാണാൻ അപ്പുറത്തെ വീട്ടിലെ പിള്ളാരടക്കം ഒരു ഇരുപതു പേരുണ്ട് വീട്ടിൽ. റപ്പായി ചേട്ടന്റെ അനിയച്ചാരുമുണ്ട്. അവൻ ഒരു Mc Dowel കുപ്പിയുമായിട്ടാ വന്നത്. റപ്പായിച്ചേട്ടൻ അങ്ങനെ അധികം കഴിക്കാത്ത ആളാണ്. എന്നാലും പുതിയ ടിവി എല്ലാം വന്ന സന്തോഷത്തിൽ ഒരു കമ്പനിക്ക് വേണ്ടി രണ്ടെണ്ണം എടുത്തു. ആദ്യത്തെ രണ്ടു പാട്ട് കഴിഞ്ഞപ്പോഴേക്കും റപ്പായിച്ചേട്ടൻ നല്ല മൂടായി....... മൂന്നാമത്തെ പാട്ടിൽ അഭിനയിച്ചത് ഹേമമാ ലിനി ആയിരുന്നു. പാട്ട് കഴിഞ്ഞപ്പോ റപ്പായി ചേട്ടൻ അനിയ നോടായിട്ടു സ്വകാര്യത്തിൽ പറഞ്ഞു.

'ഇതുപോലത്തെ നല്ല പൂവൻപഴം പോലത്തെ ഒന്നിനെ കെട്ടണമെന്നായിരുന്നെടാ എന്റെ ആഗ്രഹം...'

'അതിനു മറിയാമചേച്ചിക്ക് എന്താ ഒരു കുറവ് ചേട്ടാ....'

'എടാ ഈ ടിവി യിൽ ഇരിക്കണ പൂവൻപഴം വച്ചു നോക്കുമ്പോ നമ്മുടേല് വെറും അവലോസുണ്ട അല്ലേടാ..'

അവൻ റപ്പായിചേട്ടനെ സൂക്ഷിച്ചുനോക്കി....അവന്റെ കണ്ണുകൾ ചുവന്നിരുന്നു.റപ്പായിചേട്ടൻ Mc Dowel ന്റെ ചതുരകുപ്പിയിലേക്ക് നോക്കി. ഏതാണ്ട് കഴിയാറായി, താൻ രണ്ടെണ്ണം എടുത്ത നേരം കൊണ്ട് അവൻ കുപ്പി മുഴുവൻ അകത്താക്കി......

അവൻ അലറി...........

'മറിയാമചേച്ചീ അവലോസുണ്ടയാണെങ്കി അങ്ങ് Divorce ചെയ്തേക്ക് ചേട്ടാ......ചേട്ടന് കെട്ടാൻ നല്ല പൂവൻപഴം പോലത്തെ എത്ര പെണ്ണുങ്ങളെ വേണം... ഈ ഞാൻ കൊണ്ടെത്തരും.'

മറിയാമ്മ അത് കേട്ടു. വീട്ടിലുള്ളോരും അയൽവക്ക ക്കാരും കേട്ടു. പഞ്ചായത്തു മുഴുവൻ അവൻ പറഞ്ഞത് കേട്ടു. ഇതാണ് പ്രമാദമായ പൂവൻപഴം കേസ്. ആദ്യത്തെ ഒരു കരച്ചിലും ബഹളവും കഴിഞ്ഞപ്പോ മറിയാമ്മച്ചേടത്തി റപ്പായിച്ചേട്ടനോട് ക്ഷമിച്ചു. പക്ഷെ പിന്നീടൊരിക്കലും റപ്പാ യിച്ചേട്ടന് മന:സമാധാനത്തോടെ പൂവൻപഴം കഴിക്കാൻ പറ്റി യിട്ടില്ല. അതാണെങ്കിൽ പറമ്പിൽ സുലഭവും. പത്തു മുപ്പതു വർഷം കഴിഞ്ഞിട്ടും രാവിലെ പുട്ടിന്റെ കൂടെ അത് കഴിക്കു മ്പോൾ എങ്ങാനും തൊണ്ടയിൽ കുടുങ്ങി ഒന്ന് ചുമച്ചാൽ മതി, ഒരു ഗ്ലാസ്സ് വെള്ളം നീട്ടികൊണ്ട് അവള് പറയും......

'ഒന്ന് പതുക്കെ കഴിക്ക് മനുഷ്യാ...അതെങ്ങനെയാ ശ്രദ്ധ ഇവിടെയൊന്നുമല്ലല്ലോ.....മനസ്സില് മുഴുവൻ പൂവൻപഴം പോലത്തെ പെണ്ണുങ്ങളല്ലേ....'

റപ്പായി ചേട്ടൻ ഇതിനു മറുപടി ഒന്നും പറയാറില്ല..... കഴിച്ചു കഴിഞ്ഞ് പതുക്കെ എഴുന്നേറ്റു പോകാറാണ് പതിവ്.

റപ്പായിച്ചേട്ടൻ പിന്നെയും ചാരുകസേരയിൽ തിരിഞ്ഞിരുന്നു.

'എടീ മോളി, അതിനു അവളത് പറയുമ്പോ സാധാരണ ഞാനൊന്നും പറയാറില്ലല്ലോ...?'

'അതിനു ഇപ്രാവശ്യം പൂവൻപഴം മാത്രമല്ലായിരുന്നു...'

'പിന്നെ...?'

'അവലോസുണ്ടയുമുണ്ടായിരുന്നു....'

മോളിച്ചേച്ചി ഒരു കാഥിക അല്ലാത്തത്കൊണ്ടും മറിയാമ്മ ച്ചേടത്തിയുടെ നെറ്റിയിലെ മുറിവിന്റെ ആഴം വായനക്കാർക്ക് ശരിക്കു മനസ്സിലാവാനും വേണ്ടി ഈയുള്ളവൻ തന്നെ ആ വാക്കുകൾ മോളിച്ചേച്ചിയിൽ നിന്നുകടമെടുത്തു ഇവിടെ വിവരിക്കാം.

മിനിഞ്ഞാന്ന് ഉച്ചക്ക് മറിയാമ്മച്ചേടത്തിയുടെ ചേട്ടന്റെ മോൻ ഇവിടെ വന്നുകയറി. അവന്റെ ഇളയമകളുടെ വയറു കാണലായിരുന്നു. കൊറോണയായതുകൊണ്ട് ആഘോഷ മൊന്നും ഉണ്ടായില്ല. അതിന്റെ പലഹാരപകർച്ച തരാൻ വന്ന തായിരുന്നു. നല്ല ലഡ്ഡുവും ജിലേബിയും അലുവയുമെല്ലാം അവൻ അവന്റെ ഭാര്യവീട്ടിൽ കൊണ്ടോയികൊടുത്തു. പെൺകോന്തൻ. എന്നിട്ട് ഇങ്ങോട്ട് ഇത്തിരി അച്ചപ്പോം കൊഴ ലപ്പോം പിന്നെ സാക്ഷാൽ അവലോസുണ്ടയും. തന്റെ വീട്ടിൽ നിന്നു ആരെങ്കിലും വരുന്നത് മറിയാമ്മച്ചേടത്തിക്ക് വലിയ സന്തോഷമുള്ള കാര്യമാണ്. പുള്ളികാരിത്തി ടേബി ളിലെ വിരിയെല്ലാം മാറ്റി, കൊണ്ടു വന്ന സാധനങ്ങൾ നല്ല

പ്ലേറ്റുകളിലാക്കി, റപ്പായിച്ചേട്ടനെയും വന്നുകേറിയ പെങ്കോ ന്തനെയും ചായക്ക് വിളിച്ചു. പിള്ളേര് ഇതിനിടയിലൂടെ മൊബൈലും പിടിച്ചു ശബ്ദമുണ്ടാക്കി അച്ചപ്പോം കുഴ ലപ്പോം കറുമുറാ തിന്നുകൊണ്ടിരുന്നു. മറിയാമ്മച്ചേടത്തി പെൺകോന്തനോട് അവന്റെ വീട്ടിലെ വിശേഷങ്ങൾ ചോദി ച്ചുകൊണ്ടിരുന്നു. റപ്പായിച്ചേട്ടൻ കൈനീട്ടി ഒരു അവലോ സുണ്ട എടുത്തു. ഒന്ന് അമർത്തി നോക്കി. അമരുന്നില്ല. ആകെയുള്ള രണ്ടു പല്ല് കൊണ്ട് ഒന്ന് കടിച്ചു നോക്കി. പൊട്ടു ന്നില്ല.

'ഹോ...ഈ അവലോസുണ്ടയ്ക്കു ഒരു മയവുമില്ലല്ലോ....'

പെൺകോന്തന്റെ മുഖം അല്പമൊന്നു വിളറി. പിന്നെ എല്ലാ പല്ലും കാണിച്ച് ചിരിച്ചു ചമ്മലടക്കി. സാധനത്തിന് അൽപ്പം പഴക്കമുണ്ടെന്ന് അവന് അറിയാഞ്ഞിട്ടല്ല. ചേടത്തി ഇത് അവന്റെ മുമ്പിൽ വെച്ച് തന്നെ തിന്നാൻ വെക്കുമെന്ന് അവൻ വിചാരിച്ചില്ല. തന്റെ പുന്നാര ചേട്ടന്റെ മകന് ഇത്തിരി ക്ഷീണം തട്ടിയെന്നു കണ്ടപ്പോ മറിയാമ്മച്ചേടത്തിക്കു സഹി ച്ചില്ല.

'ഇനി തിന്നാൻ പൂവൻപഴം വേണമായിരിക്കും...'

അതുകേട്ടതും ആസനത്തിൽ വാലുള്ള നട്ടെല്ലില്ലാത്ത ആ പെൺകോന്തൻ പൊട്ടിച്ചിരിച്ചു. പൂവൻപഴം കേസ് അവർക്കെല്ലാം സുപരിചിതമാണ്. അത് കണ്ട് ഗ്രേസിയും മോളിയും ചിരിച്ചു.....ഒന്നും മനസിലാകാത്ത പിള്ളേരും ചിരി ച്ചു. റപ്പായിച്ചേട്ടന്റെ സമനില തെറ്റി. അരിശം കയറി. എഴു ന്നേറ്റ് നിന്ന് കൈയ്യിലുണ്ടായിരുന്ന അവലോസുണ്ട ടേബിലി ലേക്ക് ഒറ്റ ഏർ എറിഞ്ഞു. അതു പൊട്ടിയില്ലെന്നു മാത്രമല്ല, അതു പന്ത് പൊങ്ങുന്നത് പോലെ കുത്തി പൊങ്ങി മറിയാമ്മ

ചേടത്തിയുടെ നെറ്റിയിൽ ഇടിച്ചു. മുറിഞ്ഞ് ചോര വന്നു. പൊൺകോന്തൻ അപ്പൊ തന്നെ സ്ഥലം വിട്ടു. റപ്പായിച്ചേട്ടൻ ചാരുകസേരയിൽ പോയിരുന്നു. കുറച്ചു കഴിഞ്ഞപ്പൊ ഇങ്ങനെ ഒരു സംഭവം ഉണ്ടായത് തന്നെ അങ്ങ് മറന്നുപോയി.

മോളി കാര്യങ്ങൾ വിശദീകരിച്ചു കഴിഞ്ഞപ്പോൾ റപ്പായി ച്ചേട്ടൻ ചാരുകസേരയിലേക്ക് കിടന്നു. ആ പെൺകോന്തന് ഇനി തന്നെക്കുറിച്ച് പാടി നടക്കാൻ ഒരു കഥ കൂടിയായി. മറി യാമ്മച്ചേടത്തി ഉമ്മറത്തേക്ക് വന്നു.

'എന്തിനാ മോളി നീ അപ്പച്ചനെ കഴിഞ്ഞതൊക്കെ പറഞ്ഞ് ഇനി വിഷമിപ്പിക്കുന്നെ..... ടിവിയിൽ അച്ഛന്റെ പ്രസംഗം കേട്ടപ്പോഴേ ഞാൻ എല്ലാം ക്ഷമിച്ചു....'

റപ്പായിച്ചേട്ടൻ ചേടത്തിയെ ഒന്ന് നോക്കി....എന്തോ പറ യാൻ ശ്രമിച്ചിട്ടു വാക്കുകൾ കിട്ടാതെ അപ്പച്ചൻ വിഷമിക്കുക യാണ് എന്ന് തോന്നി മോളിക്ക്....... ഒരു ക്ഷമാപണം ഏതു നേരവും പ്രതീക്ഷിക്കാം....

'മറിയാമ്മേ..' റപ്പായിച്ചേട്ടൻ വിളിച്ചു.

'എന്തോ...' ചേടത്തി വിളി കേട്ടു.

'ഇനി നിന്റെ വീട്ടീന്നോ എന്റെ വീട്ടീന്നോ ബന്ധുവോ ശത്രുവോ ആര് വന്നാലും ശരി ആ പഴയ പൂവൻ പഴത്തിന്റെ കാര്യം ഇനി മേലാൽ ആരെങ്കിലും കേക്കലെ പറഞ്ഞാൽ ഞാൻ ഇനി ആ അവലോസുണ്ട ഉന്നം വെച്ച് നിന്നെ എറി യും.... എന്റെ ഓർമക്കെ കുറവുള്ളൂ...കാഴ്ചക്കു കുറവില്ല...മ നസ്സിലായോടീ....'

അടിക്കുറിപ്പ്: ആണുങ്ങൾ മറക്കും പക്ഷെ ക്ഷമിക്കില്ല, പെണ്ണുങ്ങൾ ക്ഷമിക്കും പക്ഷെ മറക്കില്ല. ഒന്നും മറക്കാത്ത ആണുങ്ങളെയും ഒന്നും പൊറുക്കാത്ത പെണ്ണുങ്ങളെയും സൂക്ഷിക്കുക.......

2. മകൾ

അബ്ദുറഹിമാനെക്കുറിച്ച് അയാളുടെ ഉപ്പ കുഞ്ഞഹമ്മദ് സാഹിബ് കണ്ടെത്തിയ സ്വഭാവദൂഷ്യങ്ങളിൽ, മുൻകോപി എന്നൊന്ന് ഒരിക്കലും ഉണ്ടായിരുന്നില്ല. ഒന്നിനും കൊള്ളാ ത്തവൻ, ഹമുക്ക്, ഹിമാറ്, പെൺകോന്തൻ, മൊയന്ത് എന്നി ങ്ങനെ എണ്ണമറ്റതായിരുന്നു മകനെകുറിച്ചുള്ള വിശേഷ ണങ്ങൾ. ഉപ്പയുടെ ഓരോ ശകാരം കേൾക്കുമ്പോളും അയാൾ തലകുനിച്ചു നിൽക്കും..... ഒന്നും മറുത്തുപറഞ്ഞി രുന്ന സ്വഭാവം അയാൾക്കില്ലായിരുന്നു.... അത് ഉപ്പയോടെ

നല്ല ആരോടും അയാൾ ഒന്നും പറഞ്ഞിരുന്നില്ല. തന്റെ ഭാര്യ യോട് പോലും.. സ്വന്തമായി തനിക്കു ഒരു സ്വരമുണ്ട് എന്ന് അയാൾ തിരിച്ചറിഞ്ഞിരുന്നത് തന്നെ, തന്റെ മരിച്ചുപോയ മക ളോട് സംസാരിക്കുമ്പോൾ മാത്രമായിരുന്നു...അകാലത്തിൽ തന്നെ വിട്ടു പോയവൾ, കഷ്ടിച്ച് രണ്ടരവയസ്സേ അന്ന വൾക്കുണ്ടായിരുന്നുള്ളൂ. മെഡിക്കൽകോളേജ് ആശുപത്രി യിൽ നിന്ന് അവളുടെ ചേതനയറ്റ ശരീരം ഏറ്റു വാങ്ങു മ്പോൾ ഡോക്ടർമാർ എന്തോ ഒരു അസുഖത്തിന്റെ പേർ പറ ഞ്ഞു. തന്റെ മകൾ, അവളെക്കുറിച്ച് ഓർമ്മവരുമ്പോഴൊക്കെ അയാൾ ഒറ്റക്കിരിന്നു വിതുമ്പും. ഉറക്കം കിട്ടാത്ത രാത്രിക ളിൽ അയാൾ വീടിന്റെ അരികത്തുള്ള പാടവരമ്പത്ത് പോയി രിക്കും. അയാളുടെ ചിന്തയിൽ മുന്നിൽ വന്ന് നിൽക്കുന്ന മക ളോട് സംസാരിക്കുമ്പോളാണ് അയാൾക്കൊരു സ്വരമു ണ്ടെന്ന് അയാൾ തന്നെ തിരിച്ചറിഞ്ഞിരുന്നത്.

അബ്ദുറഹിമാൻ അധാനിയായിരുന്നു. രാവിലെ മുതൽ അയാൾ പാടത്തും പറമ്പിലും വെയിലും മഴയും നോക്കാതെ പണിയെടുക്കും. കുഞ്ഞഹമ്മദുസാഹിബിന്റെ മറ്റു മക്കളെല്ലാ വരും ഗൾഫിലായിരുന്നു. അവർ വരുമ്പോഴെല്ലാം ഉപ്പാക്ക് മുന്തിയ സമ്മാനങ്ങൾ കൊണ്ടുകൊടുക്കും. ആ ദിവസങ്ങ ളിൽ അബ്ദുറഹിമാൻ കൂടുതൽ നേരം ശകാരം കേൾക്കേണ്ടി വരും. ആര് ചോദിച്ചാലും അയാൾ ഒന്നും മിണ്ടില്ല... ഒരു ചെറുപുഞ്ചിരിയിൽ എല്ലാ മറുപടികളും ഒതുക്കും.

കോഴിക്കോടുള്ള വലിയ മാളിൽ എല്ലാവരെയും കൂട്ടി പോകണമെന്നുള്ള നിർദ്ദേശം മുന്നോട്ടുവെച്ചത് അബ്ദുറഹി മാന്റെ നേരെ താഴെയുള്ള കുവൈറ്റിൽ ഉദ്യോഗമുള്ള പൗര പ്രമാണിയായ അനുജനായിരുന്നു. ഒഴിഞ്ഞുമാറാൻ ഏറെ

നോക്കിയതാണ്. പക്ഷെ അബ്ദുറഹിമാൻ മാത്രം മാറി നിൽക്കുന്നത് ഹറാംപിറപ്പാണെന്നു കുഞ്ഞഹമ്മദ്സാഹിബ് വിധിച്ചു. വേറെ നിവർത്തിയില്ലാതെ അയാൾ അനുജന്റെ ആഡംബരക്കാറിന്റെ ഒരു മൂലയിൽ മുഖം കുനിച്ചിരുന്നു.

മാളിലെ ബഹളത്തിനിടയിൽ വെച്ചാണ് അവളെ അയാൾ ആദ്യമായി കണ്ടത്. അവൾ വിതുമ്പുന്നുണ്ടായിരുന്നു. പക്ഷെ അവൾ വിതുമ്പുകയാണെന്ന് മനസ്സിലായത് അബ്ദുറഹി മാന് മാത്രമായിരുന്നു. ഒരു നേപ്പാളി പെൺകുട്ടി. അവളെ കണ്ടപ്പോൾ തന്നെ തോന്നി, തന്റെ മകളിന്നുണ്ടായിരുന്നെ ങ്കിൽ ഇവളുടെ പ്രായമായിരിക്കും. അവളെപോലെ തൂവെള്ള നിറം, അതേ നേർത്തുശേഷിച്ച വിരലുകൾ, അവൾ ജീവിച്ചി രുന്നെങ്കിൽ എത്തുമായിരുന്ന അതേ പൊക്കം....അവളുടെ സൂപ്പർവൈസർ അവളെ ശകാരിച്ചുകൊണ്ടിരിക്കുന്നതിനാണ് അവൾ കരയുന്നത്. ഹൈപ്പർമാർക്കറ്റിൽ പച്ചക്കറികളും fruit സും പേപ്പർ കവറിലാക്കി തൂക്കി വില ഒട്ടിച്ചുകൊടുക്കുന്ന ജോലിയാണ് അവൾക്ക്. തിരക്കിനനുസരിച്ച് അവളുടെ കൈവേഗം കൂട്ടാൻ കഴിയാത്തതിനാണ് ശകാരം.വിതുമ്പലി നിടയിലും അവൾ ജോലി ചെയ്തുകൊണ്ടിരുന്നു. അയാൾ തൊട്ടടുത്തുനിന്ന് അത് വേഗത്തിലാക്കാൻ നിർദ്ദേശങ്ങളും കൊടുത്തുകൊണ്ടിരുന്നു. അബ്ദുറഹിമാന് അവളെ സഹാ യിക്കണമെന്നുണ്ട്. പക്ഷെ ഉപ്പ വീൽചെയറിൽ മുന്നിൽ തന്നെ ഇരിക്കുകയാണ്. എല്ലാവരുടെയും മുന്നിൽ വെച്ചുള്ള മൊയന്തുവിളി ഭയന്ന് അയാൾ അനങ്ങാതെ നിന്നു. അവ ളുടെ കൗണ്ടറിൽ തിരക്കുകൂടികൊണ്ടേയിരുന്നു. അയാളുടെ മനസ്സിൽ അവൾക്കായുള്ള ആധിയും. മൂന്ന് ചെറുപ്പക്കാർ അവളുടെ അടുത്ത് വന്നു. ഓരോരുത്തർക്കും ആറടിയെ

ങ്കിലും പൊക്കമുണ്ട്. കണ്ടാൽ ഫയൽവാന്മാരെപോലെ, മസ്സി ലുകൾ വസ്ത്രം ഭേദിച്ചു പുറത്തുചാടാൻ വെമ്പും പോലെ. തലയിൽ gel പുരട്ടി ചീകിയൊതുക്കിയ തലമുടിയും മേത്തു മുഴുവൻ അത്തറും പൂശിയ യോഗ്യന്മാർ. അവരുടെ കൈയ്യിൽ കൈതചക്കയാണുള്ളത്...മൂന്നെണ്ണം. അവളുടെ മുന്നിൽ വരിയായി കാത്തുനിന്നവരെ തട്ടിമാറ്റി അവർ ആ മുള്ളുകൾ നിറഞ്ഞ കൈതചക്കകൾ കൗണ്ടറിൽ വെച്ചു. അവൾ അതിൽ ഒന്നെടുത്തു weighing മെഷീനിൽ വെച്ചു. അപ്പോൾ മല്ലന്മാരിൽ പ്രധാനി ഒന്ന് മൊരണ്ടു. എന്നിട്ട് അവ ളോട് കൈതചക്കയുടെ ചെണ്ടൊടിച്ചു കളഞ്ഞതിനുശേഷം മാത്രം തൂക്കാൻ പറഞ്ഞു. അവളെ താക്കീതു ചെയ്യുന്ന പോലെ ചൂണ്ടുവിരൽകൊണ്ട് ആംഗ്യം കാണിച്ചു. അവൾ അടിമുടി വിറച്ചുകൊണ്ട് കൈതചക്കയൊന്നെടുത്തു. അതിന്റെ ചെണ്ട് ഒടിക്കാൻ നോക്കി. മൂപ്പുക്കുറഞ്ഞ ചക്ക യുടെ മുള്ളുകൾ അവളുടെ നേർത്തവിരലുകളിലേക്ക് ആഴ്ന്നിറങ്ങി. വേദനകൊണ്ട് കൈവലിച്ചപ്പോൾ വിരലുക ളിൽ രക്തപൊട്ടുകൾ. അതുകണ്ടപ്പോൾ മല്ലന്മാരുടെ കണ്ണി ലേക്ക് എന്തോ ഒരു തരം രസം ഇരച്ചുകയറി. പ്രധാനി പിന്നെയും മുരണ്ടു. സൂപ്പർവൈസർ ഓടി വന്നു. മല്ലന്മാരോട് sorry sorry എന്ന് പറഞ്ഞുകൊണ്ടിരിക്കെ മല്ലന്മാരുടെ പിന്നിൽ നിന്നു അവർ ഒരു സ്വരം കേട്ടു. അതുവരെ ആരും അധികം കേൾക്കാത്ത സ്വരം, ഒരു മുറിവേറ്റവന്റെ സ്വരം, ഒരു ആണിന്റെ സ്വരം, ഒരു പിതാവിന്റെ സ്വരം.......

'എന്താടാ നായീന്റെ മോനെ, നീയൊക്കെ ഒരു എല്ലി ല്ലാത്ത പെണ്ണിനെ നോവിച്ചു രസിക്കാണാടാ...നീയൊക്കെ ആണാണോടാ നട്ടെല്ലില്ലാത്ത മോയന്തുകളെ.......'

അബ്ദുറഹിമാന്റെ ഗർജനം കേട്ട് ഹൈപ്പർമാർക്കറ്റിലെ എല്ലാവരും അക്ഷരാർത്ഥത്തിൽ സ്തബ്ധരായി. അയാൾ കൈതച്ചക്കകളിൽ ഒന്ന് കൈയ്യിലെടുത്തു. മണ്ണിലും ചേറിലും പണിയെടുത്തു തഴമ്പിച്ച അയാളുടെ കൈകൾ ചെണ്ടുകളിൽ തോട്ടപ്പോഴേക്കും അവ ഒടിഞ്ഞു വീണു. കൈതച്ചക്കകൾ മൂന്നും പെറുക്കിയെടുത്ത് പ്ലാസ്റ്റിക് കവിറി ലാക്കി മല്ലന്മാരുടെ പ്രധാനിയുടെ കൈയ്യിൽ അയാൾ വെച്ചു കൊടുത്തു.

'കൊണ്ടോയി തിന്നുരസിക്കിനെടാ ഹിമാറുകളെ....'

മല്ലന്മാർ ഒരക്ഷരം പോലും മറുത്തു പറഞ്ഞില്ല. അവർ കേട്ട ആ സ്വരം അങ്ങനെ എന്തെങ്കിലും മറുത്തുപറയാനോ ചെയ്യാനോ പറ്റുന്നതായിരുന്നില്ല. അവർ വിയർത്തിരുന്നു. ചുറ്റിലും എല്ലാവരുടെയും കണ്ണുകൾ അവരുടെ മേലായിരു ന്നു. മുമ്പ് വസ്ത്രം ഭേദിച്ചു പുറത്തുചാടാൻ നിന്നിരുന്ന മസ്സി ലുകൾ വാടിയുലഞ്ഞത് പോലെ.........സൂപ്പർവൈസർ തല കുനിച്ചുനിൽക്കുകയായിരുന്നു. പെൺകുട്ടിയെ അവളുടെ കൂട്ടുകാരി വന്ന് സമാധാനിപ്പിക്കാൻ തുടങ്ങിയിരുന്നു. അയാൾ തിരിഞ്ഞു നടന്നു.... പക്ഷെ വെള്ളത്തിൽ വീണ പാറ കഷ്ണം പോലെ അയാളുടെ സ്വരത്തിന്റെ തിരകൾ അവിടെ യെങ്ങും അലയടിച്ചുകൊണ്ടിരുന്നു. കാറിൽ തിരിച്ചുപോരു മ്പോൾ അയാൾ തലകുനിച്ചുതന്നെയിരുന്നു. തൊട്ടടുത്ത് അയാളുടെ ഉപ്പ വീൽചെയറിൽ ഉണ്ടായിരുന്നു..... അയാൾ പതുക്കെ കൈനീട്ടി തന്റെ മകന്റെ തലമുടിയിൽ തൊട്ടു. അബ്ദുറഹിമാൻ അത്ഭുതത്തോടെ അയാളുടെ കണ്ണുകളി ലേക്ക് നോക്കി. കുഞ്ഞഹമ്മദ് സാഹിബ് അവനോടു പറ ഞ്ഞു.

'ആ പെൺകുട്ടിയെ കണ്ടപ്പോൾ നിനക്കു നിന്റെ കുഞ്ഞി പ്പാത്തുമ്മയെ ഓർമ്മ വന്നല്ലേ.... എനിക്കും അവളെ കണ്ട പ്പോൾ അങ്ങനെ തോന്നി......'

അബ്ദുറഹിമാൻ തന്റെ ഉപ്പാന്റെ കൈത്തണ്ടയിൽ കിടന്ന് അന്ന് ഒരുപാട് കരഞ്ഞു. ഉപ്പ അയാളുടെ മുടിയിഴക ളിൽ വിരലോടിച്ചുകൊണ്ടേയിരുന്നു. പിന്നീടൊരിക്കലും അയാളുടെ മകനെ കുഞ്ഞഹമ്മദു സാഹിബ് ശകാരിച്ചിട്ടില്ല.... അബ്ദുറഹിമാൻ ഇപ്പോഴും ഉറക്കം കിട്ടാത്ത രാത്രികളിൽ പാടവരമ്പത്തു പോയിരിക്കാറുണ്ട്. കുഞ്ഞിപ്പാത്തുമ്മയോട് മിണ്ടിയും പറഞ്ഞും ഇരിക്കുമ്പോൾ അവൾ ഇപ്പോൾ ഉപ്പു പ്പാന്റെ വിശേഷങ്ങളും ചോദിക്കാൻ മറക്കാറില്ല.....

3. ദേ ....വീണ്ടും പടക്കകഥ

മറ്റന്നാൾ ആണ് പൂങ്കുന്നം പള്ളി പെരുന്നാൾ.. പോളിന് ആധി യായി. പടക്കത്തിന്റെ കാര്യത്തിൽ ഒരു തീരുമാനവുമായിട്ടില്ല. അപ്പച്ചന്റെയും അമ്മച്ചിയുടെയും അടുത്ത് ഇതൊന്നു അവത രിപ്പിച്ചിട്ടു കൂടിയില്ല. എന്തായാലും കഴിഞ്ഞ വർഷത്തെ പോലെ നാണം കെടാൻ വയ്യ. സൂക്ഷിച്ചു വേണം കരുക്കൾ നീക്കാൻ.

പ്രശ്നം മറ്റൊന്നുമല്ല. പണ്ട് തൊട്ടേ പോളിന്റെ വീട്ടിൽ പള്ളുരുത്തി പള്ളി (പോളിന്റെ അപ്പച്ചന്റെ ഇടവക) പെരുന്നാ ളിനും ലൂർദ്‌പള്ളി (പോളിന്റെ അമ്മച്ചിയുടെ ഇടവക) പെരു ന്നാളിനും മാത്രമേ പ്രധാന്യമുള്ളൂ. ഇത്രയും കാലം പൂങ്കു ന്നത്തു താമസിക്കാൻ തുടങ്ങിയിട്ടും ഒന്ന് ഇടവകചേർന്നിട്ടും

കൂടിയില്ല. അതിപ്പോ ചേർന്നില്ലേലും കുഞ്ഞുപോളിന് ഒന്നു മില്ല. എന്നാൽ എല്ലാ വർഷവും ഫെബ്രുവരി മാസത്തിൽ വരുന്ന സെബസ്ത്യാനോസ് പുണ്യാളന്റെ അമ്പുപെരുന്നാൾ ഒന്ന് ആഘോഷിക്കുകയെങ്കിലും ചെയ്തുകൂടെ.

പള്ളുരുത്തിയിൽ മാതാവിന്റെ പെരുന്നാൾ സെപ്റ്റംബർ എട്ടിനാണ്. ചിലപ്പോ തലേദിവസം തന്നെ പോകും. നല്ല രസ മാണ്. പ്രദക്ഷിണവും വെടിക്കെട്ടും ബാൻഡ്മേളവും എല്ലാം നല്ല ജോറായിരിക്കും. അപ്പച്ചന്റെ ചേട്ടന്റെ വീട്ടിലാണ് അന്ന് എല്ലാവരും ഒത്തുകൂടിയിരുന്നത്. വൈകുന്നേരം തിരിച്ചു പോരാറാകുമ്പോൾ ആ കുസൃതി ചോദ്യം ആരെങ്കിലും ചോദിക്കും.

'അല്ല പൂങ്കുന്നം പള്ളി പെരുന്നാളിന് ഞങ്ങളെയൊന്നും വിളിക്കുന്നില്ലേ....?'

അതിനു സാധാരണയായി പോളിന്റെ ചേട്ടന്മാരാണ് മറു പടി പറയാറ്.....

'അതിനു ഞങ്ങളുടെ ഇടവകയിലെ പെരുന്നാൾ കഴി ഞ്ഞുകഴിയുമ്പോഴാണ് ഞങ്ങൾ തന്നെ അറിയാറ്....'

ചുറ്റിലും ചിരിപൊട്ടുമ്പോൾ കുഞ്ഞുപോളിന് മാത്രം അത്ര രസിച്ചിരുന്നില്ല.

ലൂർദ്പള്ളി പെരുന്നാൾ ആണെങ്കിൽ എല്ലാ വർഷവും ഡിസംബറിൽ അരക്കൊല്ല പരീക്ഷ നടക്കുന്നതിനിടയിലാണ് കൊണ്ടുവെക്കാറ്. പെരുന്നാൾ ആഘോഷങ്ങൾക്കിടയിൽ എപ്പോഴെങ്കിലും സന്തോഷം ഒരൽപം കൂടി പോയതായി ഏതെങ്കിലും ആന്റിമാർക്കു തോന്നിയാൽ അവരപ്പോ ചോദി ക്കും.

'പോളിന് തിങ്കളാഴ്ച ഏതാ പരീക്ഷ....?'

മുഴുവൻ ഗ്യാസും അതോടെ പോവും.

'ഹിന്ദി....' അവൻ മറുപടി പറയും.

മുഖം വാടി നിൽക്കുന്ന പോളിനെ കാണുമ്പോൾ അവന്റെ അച്ചാച്ഛൻ (പോളിന്റെ അമ്മയുടെ ചേട്ടൻ) പറയും.

'ഹിന്ദി വളരെ എളുപ്പമല്ലേ... ഏതു ചോദ്യത്തിനും ഭാരത് മാതാ കീ ജയ് എന്ന് എഴുതിയാ മതി. മാർക്ക് ഒറപ്പാ...ഞാൻ അങ്ങനെയല്ലേ ഹിന്ദി പാസായത്.'

പോളിന് അവന്റെ അച്ചാച്ഛനെ വലിയ ഇഷ്ടമായിരുന്നു. പ്രത്യേകിച്ചു പെരുന്നാൾ കാലത്ത്. അച്ചാച്ഛനാണ് അവനെ ആദ്യമായി മാലപ്പടക്കം കൈയ്യിൽ പിടിച്ചു പൊട്ടിക്കാൻ പഠി പ്പിച്ചത്. അവിടെ പെരുന്നാളിന് ഒരുപാട് രൂപയ്ക്കു പടക്കം വാങ്ങുമായിരുന്നു. തലേദിവസം ഉച്ചക്ക് അച്ചാച്ഛൻ അത് മുഴു വൻ വെയിലത്ത് ഉണക്കാൻ വെക്കും. പൊട്ടുമ്പോൾ നല്ല ചെവിടുപൊളിയണ ശബ്ദം കിട്ടാൻ വേണ്ടിയാണ്.

പോളിന് ഇത്തവണത്തെ പൂങ്കുന്നം പള്ളി പെരുന്നാൾ ഒരു പ്രസ്റ്റീജ് ഇഷ്യൂ തന്നെയാണ്. കഴിഞ്ഞ വർഷം അമ്പുവ രാരായപ്പോൾ അപ്പുറത്തെ ജിബുവിന്റെ വീട്ടിലും എൽദോന്റെ വീട്ടിലുമെല്ലാം പടക്കംകൊണ്ട് പൊങ്കാല ആയി രുന്നു. മണിക്കൂറുകളോളം അത് നീണ്ടു നിന്നു. അതെല്ലാം സഹിക്കാം. പിറ്റേദിവസം നടന്നതാണ് പോളിനെ ചൊടിപ്പിച്ച ത്. തന്റെ ലോക്കൽ സുഹൃത്തുക്കളെല്ലാം കളിക്കാനായി ഒത്തുകൂടിയപ്പോൾ തന്റെ ആത്മമിത്രം ജിക്കു വാതുറന്നു......

'ഇന്നലെ അമ്പു വന്നപ്പോൾ എല്ലാ ക്രിസ്ത്യാനികളുടെ വീട്ടിലും വലിയ പടക്കം പൊട്ടിക്കലായിരുന്നല്ലോ....നിന്റെ

വീട്ടിൽ മാത്രം അനക്കമൊന്നും കണ്ടില്ലല്ലോ....നീ ശരിക്കും ക്രിസ്ത്യാനിയാണോ.....?

പോള് അന്ന് തീരുമാനിച്ചതാണ്...അന്ന് അവരുടെ യെല്ലാം മുമ്പിൽ ആണയിട്ടതാണ്.... അടുത്ത പെരുന്നാൾ.... അടുത്ത പെരുന്നാളിന് കാണിച്ചുതരാമെടാ ഡാഷ്മോനെ. ആ അടുത്ത പെരുന്നാളാണ് മറ്റന്നാൾ ....പടക്കം പോയിട്ട് പട ക്കത്തിന്റെ പൂട പോലും കാണാനുള്ള വകുപ്പ് ഇപ്പോഴും ആയിട്ടില്ല.

സ്കൂൾ വിട്ടു വന്ന പോള് ആദ്യം തന്നെ സ്ഥിതിഗതികൾ വിലയിരുത്തി. അമ്മച്ചി അടുക്കളയിൽ തന്നെയാണ്. അപ്പച്ചൻ ആശുപത്രിയിൽ നിന്നു വന്നിട്ടില്ല.. കൊള്ളാം... ഇത് തന്നെ പറ്റിയ സമയം.... ആദ്യം അമ്മച്ചിയെ വശത്താക്കണം.... രണ്ടു പേരും ഒരുമിച്ചുള്ളപ്പോൾ കാര്യം പറഞ്ഞാൽ ചിലപ്പോ ഒരൊറ്റ 'പറ്റില്ല' യിൽ അദ്ധ്യായം അവസാനിക്കും. പതുക്കെ അടുക്കളയിൽ ചെന്ന് ആദ്യം സ്കൂളിൽ നിന്നു വരുന്ന വഴി യിൽ ജിബുവിന്റെ വീട്ടിൽ പെരുന്നാളായിട്ട് ഇല്ല്യൂമിനേഷ നെല്ലാം ഇടുന്നത് കണ്ട കാര്യം പറഞ്ഞു. അമ്മച്ചി പുറംതി രിഞ്ഞ് നിൽക്കുകയായിരുന്നു. ഒരു നാച്ചുറാലിറ്റിക്ക് വേണ്ടി 'ഓരോരോ ധൂർത്തെ...' എന്ന് പോള് കൂട്ടിച്ചേർത്തു. 'ഉം...' അമ്മച്ചി ഒന്ന് മൂളി.

'കഴിഞ്ഞകൊല്ലം പടക്കമൊന്നും പൊട്ടിക്കാത്തതിന് ജിക്കു ഒക്കെ കുറേ കളിയാക്കിയിരുന്നു....'

അമ്മച്ചി പതുക്കെ തിരിഞ്ഞു നിന്നു പോളിനെ നോക്കി. സംഭവം എത്തേണ്ടിടത്തു എത്തുന്നുണ്ട്.... ഇനി ഈ സെന്റി വർക്കൗട്ട് ചെയ്യണം.

'ഇപ്രാവശ്യം എൽദോന്റെ വീട്ടിലും കുറേ പടക്കം പൊട്ടും, ജിബുവിന്റെ വീട്ടിലും പൊട്ടും..... എനിക്ക് മാത്രം ഒന്നും ഇല്ല...'

കണ്ണുകൾ കൃത്യസമയത്തു തന്നെ സഹായത്തിനെത്തി, അഭിമാനിക്കാൻ വകയുള്ള രണ്ടു വടിവൊത്ത നീർച്ചാലുകൾ ആ രണ്ടു കണ്ണുകളും കവിളിലേക്ക് ഒഴുക്കി തന്നു.

'ആ..കരയണ്ട...അപ്പച്ചനോട് പറഞ്ഞുനോക്കട്ടെ....'

അങ്ങനെ ഒന്നാം കടമ്പ കഴിഞ്ഞു. ശബരിമലക്ക് പോകു മ്പോൾ പമ്പയിൽ നിന്ന് നീലിമലയിലേക്കാണ് ആദ്യത്തെ കയറ്റം. അതാണ് ഇപ്പോൾ കഴിഞ്ഞത്. ഇനിയാണ് അപ്പാച്ചി മേട്.... കുത്തനെയുള്ള കയറ്റമാണ്...ഇത്തിരി ക്ഷീണിക്കും. അപ്പച്ചൻ നാലുമണിയായപ്പോഴേക്കും വന്നു. അമ്മച്ചി കാര്യം പറഞ്ഞിരിക്കണം. കാരണം അപ്പോൾ തന്നെ വിളി വന്നു.

'പോൾ...'

പതുക്കെ ചെന്നു.

'നിനക്ക് പെരുന്നാളിന് പടക്കം പൊട്ടിക്കണോ...?'

'വേണം'

'ശരി, എന്നാ ഒരു പെട്ടി കമ്പിത്തിരിയും നാലു മൂളിയും വാങ്ങിക്കോ...'

അത്കൊള്ളാം എന്ന മട്ടിൽ അമ്മച്ചി അപ്പച്ചന്റെ പ്രസ്താ വന ശരിവെച്ചു. രണ്ടുപേരും നല്ല ഹാപ്പിയാണ്. അത് കൂടു തൽ പ്രശ്നമാണ്. വിഘടിച്ചു നിർത്തിയാലേ കാര്യങ്ങൾ എളുപ്പമാവുകയുള്ളൂ.

'അത് പോരാ...'

പോള്‍ ധൈര്യം അവലംബിച്ചു പറഞ്ഞു

'പിന്നെ...?'

ഇതില്‍ കൂടുതലിനി ഇവനെന്തുവേണമെന്നാണ് രണ്ടു പേരുടെയും മുഖഭാവം.

'മാലപ്പടക്കം വേണം....എല്ലാവരുടെയും വീട്ടില്‍ മാലപ്പട ക്കമാണ് പൊട്ടിക്കണത്....എനിക്ക് അത് മതി...'

അപ്പച്ചന്‍ കസേരയില്‍ ഒന്ന് കേറിയിരുന്നു. യുദ്ധസന്നാ ഹമാണ്. പോള്‍ ഇത് മുമ്പും കണ്ടിട്ടുണ്ട്... കാഹളം മുഴുങ്ങു ന്നില്ലെന്നു മാത്രം.

'നിനക്കെന്തോ വട്ടുണ്ടോ....?പിന്നെ മാലപ്പടക്കം....അതെ ന്താന്നുപോലും നിനക്ക് അറിയോ....?'

ഇതാണ് കാത്തിരുന്ന അവസരം. ഇത് മുതലാക്കണം.

'അപ്പച്ചന്റെ വീട്ടിലെ പെരുന്നാളിന് ആരും പടക്കം പൊട്ടി ക്കാറില്ലെന്നു വെച്ച്....അമ്മച്ചിയുടെ വീട്ടിലെ പെരുന്നാളിന് ഞാന്‍ കുറെ പടക്കം പൊട്ടിച്ചിട്ടുണ്ടല്ലോ....'

കേരളാ കോണ്‍ഗ്രസ്സിന്റെ വിഘടന സിദ്ധാന്തങ്ങള്‍ ഹൃദി സ്ഥമാക്കിയ ഒരു രാഷ്ട്രീയ യുവതുര്‍ക്കിയെപോലെ അളന്നും തൂക്കിയും പോള്‍ വല വിരിച്ചു. സംഭവം ശരിയാണ്. പള്ളുരുത്തി പെരുന്നാളിന് ആരും പടക്കം പൊട്ടിക്കാറില്ല. അതിനെക്കുറിച്ച് ആരും സംസാരിച്ചുപോലും കേട്ടിട്ടില്ല. പക്ഷെ തൃശ്ശൂരില്‍ അതല്ല സ്ഥിതി. ലൂര്‍ദ്പള്ളി പെരുന്നാളിന് അമ്മച്ചിയുടെ വീട്ടില്‍ പടക്കം പൊട്ടുക മാത്രമല്ല, അവിടെ അതിനൊരു മത്സരപരിവേഷമാണ്.

അന്തരീക്ഷത്തിനു പതുക്കെ ചുട് പിടിച്ചു തുടങ്ങി. ഓർക്കാപ്പുറത്തു വന്ന ഒളിയമ്പ് അപ്പച്ചൻ പ്രതീക്ഷിച്ചതല്ല. അമ്മച്ചിക്കിതൽപ്പം രസിച്ചു എന്ന് തോന്നി.

'അമ്മച്ചി കണ്ടതല്ലേ..ഞാനും അച്ചാച്ചനും കൂടി കരേ മാലപ്പടക്കം പൊട്ടിക്കണത്...'

അമ്മച്ചി ഉവ്വെന്നും പറഞ്ഞില്ല ഇല്ലെന്നും പറഞ്ഞില്ല. അവസാനം അപ്പച്ചൻ പറഞ്ഞു......

'ശരി എന്തെങ്കിലും കാണിക്ക്... നൂറു രൂപ തരും.... അതു കൊണ്ട് വാങ്ങിച്ചാ മതി.....'

അപ്പാച്ചിമേട് അങ്ങനെ കയറി. ഇനിയാണ് സന്നിധാന ത്തിലേക്കുള്ള കയറ്റം. അന്ന് വൈകുന്നേരം തന്നെ നൂറു രൂപയും കൊണ്ട് വീടിനു പുറത്തിറങ്ങി ഓട്ടോറിക്ഷക്കു കൈകാണിച്ചു. നേരത്തെ തന്നെ സ്കൂളിൽ വെച്ച് എവിടെ യാണ് പടക്കകട എന്ന് മനസിലാക്കിയിരുന്നു. ജില്ലാ ആശുപ ത്രിക്കു സൈഡിലൂടെയുള്ള വഴിയിൽ. ഓട്ടോയിൽ നിന്ന് ഇറ ങ്ങിയ പാടെ ഒന്ന് അമ്പരന്നു.. വലിയ ഹോൾസെയിൽ കട യാണ്. നല്ല തിരക്ക്. പെരുന്നാളിന്റെ സീസണാണ്. മുൻപിൽ തന്നെ ഉരുപ്പടികളെല്ലാം നിരത്തിവെച്ചിട്ടുണ്ട്. കമ്പിത്തിരി, മൂലി മത്താപ്പ്, ചക്രം, റോക്കറ്റ്, മാലപ്പടക്കം, ഓലപ്പടക്കം, ഗുണ്ട് മുതൽ പുതിയ ചൈനീസ് അമിട്ട് വരെ. എല്ലാം കണ്ടു കണ്ണ് മഞ്ഞളിച്ചു നിൽക്കുന്ന എന്നെ കാണിച്ചു കടയുടെ ഉട മസ്ഥൻ എടുത്തുകൊടുക്കുന്ന ചെക്കനോട് പറഞ്ഞു....

'ടാ ഡേവിസേ....ആ ക്ടാവിനു എന്താ വേണ്ടെന്നു വെച്ചാ.. എടുത്തുകൊടുത്തെ....'

ഡേവീസേട്ടൻ വന്നു എന്താ വേണ്ടെന്നു ചോദിച്ചു.

'നാല് മാലപ്പടക്കം, രണ്ടു മൂളി, ഒരു പെട്ടി കമ്പിത്തിരി. എത്രയാവും....?'

തൊണ്ണൂറ്റാറു രൂപ, കിറുകൃത്യം. സാധനം വാങ്ങി വേഗം വീട്ടിലേക്കു പോന്നു.

പിറ്റേദിവസം സാധനം ടെറസിൽ വെയിലത്ത് വെക്കു മ്പോഴാണ് ഒരു പുതിയ സമസ്യ മനസ്സിൽ തലപൊക്കിയത്. ഞാനും അപ്പച്ചനും അമ്മച്ചിയും മാത്രമാണ് വീട്ടിൽ. അമ്പു പ്രദക്ഷിണം വീട്ടിലേക്ക് കയറിയതിനു ശേഷം അത് അടുത്ത വീട്ടിലേക്ക് കൊണ്ടുപോകേണ്ടത് ഞാനാണ്. കൊണ്ടുപോ കേണ്ട ആൾ വീട്ടിലെ ചെറിയ പ്രാർത്ഥനയിൽ സംബന്ധിക്കു ന്നതാണ് മര്യാദ. ചുരുക്കത്തിൽ മാലപ്പടക്കം ഓരോന്നോരോ ന്നായി പൊട്ടിക്കാൻ സമയം കിട്ടില്ല. അമ്പുകേറുമ്പോൾ എല്ലാം ഒറ്റയടിക്കുപൊട്ടണം. എത്ര ആലോചിച്ചിട്ടും ഒരു വഴി കണ്ടെത്താനായില്ല. കൂട്ടിയിട്ടു കത്തിക്കുന്നത് പ്രയാഗോകമ ല്ല. എന്തെങ്കിലും ഒരു വഴി അപ്പൊ കാണാമെന്നു വെച്ച് വിട്ടു.

വൈകുന്നേരമായപ്പോൾ ചെറിയ ടെൻഷൻ ഇല്ലാതിരു ന്നില്ല. രാത്രി ഒരു പത്തുമണി ആവുമ്പോഴേക്കും അമ്പുപ്രദ ക്ഷിണം വരും. എന്റെ ആവേശവും സന്തോഷവും കണ്ട പ്പോൾ അപ്പച്ചനും നല്ല മൂഡിലായിരുന്നു. രണ്ടു മൂളിയും ഒരു ഒമ്പതുമണി ആയപ്പോഴേക്കും കത്തിച്ചു. രണ്ടുമൂന്നു കമ്പി ത്തിരിയും. ഒരു മാലപ്പടക്കം കത്തിക്കാനായി കൈയിലെ ടുത്തു തീകൊളുത്താൻ നിക്കുമ്പോൾ അപ്പച്ചൻ പറഞ്ഞു.

'അത് ആ ഗേറ്റിൽ കെട്ടിയിട്ടു താഴെ കമ്പിത്തിരികൊണ്ടു കത്തിച്ചാൽ പോരെ...'

കൊള്ളാം. കിടിലൻ ഐഡിയ. ഉടനെ ഉള്ളിലേക്ക് ഓടി. കിട്ടിയ ചാക്കുനൂലുകൊണ്ട് നാലു മാലപ്പടക്കവും കുറച്ചു സ്ഥലം വിട്ട് ഗേറ്റിൽ കെട്ടിത്തൂക്കി. രാജ്യാതിർത്തിയിൽ ബൊഫേഴ്സ് ഗൺ റെഡിയായി ഇരിക്കുന്നത് പോലെ ആ ഗേറ്റിൽ തൂങ്ങി കിടന്നു, പോളിന്റെ അഭിമാനം. ബാൻഡ് സെറ്റ് വീടിനുള്ളിലേക്ക് കയറാൻ നിൽക്കുമ്പോൾ പോൾ നോക്കിയത് ഒന്ന് മാത്രമായിരുന്നു. അപ്പുറത്ത് നിന്ന് ജിക്കുവും സംഘവും നോക്കുന്നുണ്ടോയെന്നുമാത്രം. ഒരു ഡസനിൽ കുറയാതെ കണ്ണുകൾ ഇമവെട്ടാതെ മതിലിനപ്പു റത്തു നിന്ന് ഇങ്ങോട്ട് നോക്കുന്നുണ്ടായിരുന്നു. ക്ഷണനേരം കൊണ്ട് പോൾ നാലെണ്ണത്തിനും തീകൊളുത്തി. ഒരുമിച്ച് എല്ലാം കൂടി പൊട്ടിയപ്പോൾ കാതടപ്പിക്കുന്ന ശബ്ദമായിരു ന്നു. ജിബുവിന്റെയും എൽദോന്റെയും വീട്ടിൽ നിന്നും കേട്ട തിനെക്കാൾ വലിയ ശബ്ദം. പ്രാർത്ഥന കഴിഞ്ഞു അടുത്ത വീട്ടിലേക്കു പോകാനായി പോൾ അമ്പെടുത്തു മുത്തുകുട യുടെ അടിയിൽ നിന്നു കത്തിയെരിഞ്ഞ പടക്കത്തിന്റെ കട ലാസുചുരുളുകൾ കൊണ്ട് നിറഞ്ഞ മുറ്റത്തുകൂടി നടന്നു നീങ്ങുമ്പോൾ പോളിന്റെ മനസ്സിൽ മാലപ്പടക്കങ്ങൾ ഇനിയും നിർത്താതെ പൊട്ടിക്കൊണ്ടിരിക്കുകയായിരുന്നു.

4. യാത്ര

ഇത് പോളിന്റെ കഥയല്ല. ഇത് പോളിന്റെ അപ്പൻ ജോയിയു ടെയും അപ്പാപ്പൻ ജോസഫ് മാഷിന്റെയും കഥയാണ്. ഒരു രാത്രിയിൽ അരങ്ങേറിയ സംഭവങ്ങളാണിതിൽ. ഒരു അപ്പന്റെ സ്നേഹത്തിന്റെയും കരുതലിന്റെയും കഠിനാധ്വാനത്തി ന്റെയും തുടിപ്പുകളുണ്ടിതിൽ. ഇന്നത്തെ തലമുറയ്ക്ക് ചിന്തി ക്കാൻ പോലും പറ്റാത്ത ധീരതയുടെ ഏടുകൾ. പക്ഷേ ഇതെല്ലാം മനസ്സിലാക്കണമെങ്കിൽ ഈ കഥയുടെ പിന്നാമ്പു റത്തേക്ക് കൂടി കുറച്ച് സഞ്ചരിക്കേണ്ടതുണ്ട്.

വർഷം 1953. കേരളമെന്ന സംസ്ഥാനം ഉണ്ടാകുന്നതിന് മുമ്പ് കൊച്ചി, തിരുകൊച്ചിയും ബ്രിട്ടീഷ് കൊച്ചിയുമായി നിന്നിരുന്ന കാലം. ജോസഫ് മാഷ് അന്ന് പള്ളുരുത്തി സെന്റ് തോമസ് എൽപി സ്കൂളിൽ ഹെഡ്മാസ്റ്റർ ആണ്. ഭാര്യ മാമി, ഒൻപതു മക്കൾ. കൃഷിയിൽ നിന്നാണ് പ്രധാന വരുമാനം. തെങ്ങും നെല്ലുമാണ് കൃഷി. തേങ്ങ, കൊപ്ര ആക്കി എണ്ണമി

ല്ലുകൾക്ക് കൊടുക്കും. നെല്ലിന് വളരെയധികം ക്ഷാമമുള്ള കാലമായിരുന്നു അത്. അതുകൊണ്ടുതന്നെ വീട്ടാവശ്യത്തിന് തന്നെയാണ് പ്രധാനമായും അത് ഉപയോഗിച്ചിരുന്നത്. ജോസഫ് മാഷിനും കുടുംബത്തിനും ഒരുപാട് തെങ്ങുംപ റമ്പ് ഉണ്ടായിരുന്നു. തേവർക്കാട്ട്, ഇടക്കൊച്ചി പള്ളിച്ചാൽ, ചിറക്കൽ, ചെറൈപറമ്പ് എന്നിവ കൂടാതെ വീടിരിക്കുന്ന പറ മ്പിലും ഒരുപാട് തേങ്ങ ഉണ്ടാകും. എല്ലാ 40 ദിവസം കൂടു മ്പോഴാണ് തെങ്ങുകേറ്റം. ജോയിയും സഹോദരങ്ങളും അതി രാവിലെ തങ്ങളെ ഏൽപ്പിച്ച പറമ്പുകളിലേക്ക് പോകും. കൂടെ കാര്യസ്ഥന്മാരും ഉണ്ടാകും. ജോസഫ് മാഷ് ഇവിടങ്ങ ളിൽ എല്ലാം ഓടി നടന്ന് വേണ്ട നിർദ്ദേശങ്ങൾ കൊടുത്ത് കാര്യങ്ങൾ നടത്തും. സ്കൂളിൽ പോകേണ്ട സമയമാകു മ്പോൾ കുട്ടികൾ തിരിച്ചു വരും. വൈകുന്നേരമാകുമ്പോൾ തേങ്ങയെല്ലാം വീട്ടിലെത്തിയിരിക്കും. പിന്നീടുള്ള ദിവസങ്ങ ളിൽ തേങ്ങ പൊതിച്ച് രണ്ടായി പകുത്ത് വീടിന് മുന്നിലെ അങ്ങാടിയിലും ഇറയത്തും ഉണക്കാൻ വെയ്ക്കും. കൊപ്ര യാകുമ്പോൾ എണ്ണമില്ലുകളിൽ നിന്ന് ആളുകൾ വരും. അവർക്ക് കൈവെള്ളയിൽ വെച്ച് കൊപ്ര പൊട്ടിച്ചു നോക്കി ഉണക്കം പറഞ്ഞ് വിലക്കെടുക്കും. തോപ്പുംപടിയിൽ ഉള്ള ഓയിൽ മില്ലിലേക്കാണ് പ്രധാനമായും കൊപ്ര കൊണ്ടുപോ യിരുന്നത്. എല്ലാം പൊതിഞ്ഞ് ചാക്കിൽ കെട്ടി വലിയ കട്ടവ ണ്ടികളിൽ തള്ളി കൊണ്ടുപോകും. മഴക്കാലത്ത് കൊപ്ര ഉണ ക്കാൻ പാടാണ്. അതുകൊണ്ട് ചെറിയ വീടുപോലെ ഷെഡ് കെട്ടി അതിൽ ചിരട്ട കത്തിച്ച് പൊകച്ചാണ് കോപ്ര ഉണക്കി യിരുന്നത്. ഇത്തരത്തിൽ ഉണക്കിയ കൊപ്രയ്ക്ക് 'പൊക രാച്ചി' എന്നാണ് പറഞ്ഞിരുന്നത്.. പുകച്ചുണ്ടാക്കിയ കാരണം അതിന് വില കുറവാണ്.

തേങ്ങയുടെ പോലെ അത്ര എളുപ്പമായിരുന്നില്ല നെല്ലിന്റെ ഏർപ്പാട്. അതിന് രാഷ്ട്രീയ കാരണങ്ങൾ കൂടി ഉണ്ടായിരുന്നു. ബ്രിട്ടീഷ് കൊച്ചിയിലായിരുന്നു ജോസഫ് മാഷിന്റെ നെൽകൃഷിയുടെ സിംഹഭാഗവും നടന്നിരുന്ന മുണ്ടംവേലി പാടം. പക്ഷേ, കൊയ്തുമെതിച്ചെടുത്ത നെല്ല് തിരുകൊച്ചിയിലേക്ക് കൊണ്ടുവരാൻ അന്ന് അനുവാദം ഇല്ലായിരുന്നു. ബ്രിട്ടീഷ് കൊച്ചിയിൽ വിളയിച്ചത് അവിടെത്തന്നെ കച്ചവടം ചെയ്യണം എന്നായിരുന്നു നിയമം. ഈ വിചിത്ര നിയമം കാരണം രാത്രിയിലാണ് നെല്ല്, വള്ളത്തിൽ കയറ്റി ബ്രിട്ടീഷ് കൊച്ചിയിൽ നിന്ന് തിരുകൊച്ചിയിക്കേ കടത്തി പള്ളുരുത്തി കടവിൽ എത്തിച്ചിരുന്നത്. ഒരു കർഷകനെ സംബന്ധിച്ചിടത്തോളം മഴയുടെ ആരംഭം മുതൽ വിളകൾ നശിക്കാതെ കൊയ്തെടുക്കുന്നത് വരെയുള്ള എല്ലാ അനി ശ്ചിതാവസ്ഥകൾക്കും പുറമെയാണ് ഇത് എന്ന് ഓർക്കണം.

എല്ലാ സുപ്രധാന തീരുമാനങ്ങളും ജോസഫ് മാഷ് മാമി ചേടത്തിയോട് ആലോചിച്ചിട്ടാണ് എടുത്തിരുന്നത്. നെല്ലിന്റെ ഞാറ് എപ്പോൾ നടണം, കതിരുകൾ എപ്പോൾ കൊയ്യണം. എല്ലാം കാലാവസ്ഥ ആസ്പദമാക്കിയാണ്. ഇതിനെക്കുറിച്ച് ആലോചിക്കുന്ന സമയത്ത് രണ്ടുപേരും മുറ്റത്തേക്ക് ഇറങ്ങി അകാശത്തേക്ക് നോക്കും. ആ തലമുറയിലെ ആളുകൾക്ക് മാത്രം വെളിപ്പെട്ട് കിട്ടിയിരുന്ന എന്തോ ഒന്ന് അവർ അപ്പോൾ അന്തരീക്ഷത്തിൽ തെളിഞ്ഞു കാണും. മാമി ചേടത്തി പറ യും. 'ഇന്ന് ഞാർ നടേണ്ട, രണ്ടുദിവസം കഴിയട്ടെ.'

തുടക്കത്തിലെ പറഞ്ഞ കഥയിലേക്ക് തിരിച്ചു വരാം. ജോയിക്ക് അന്ന് 12 വയസ്സ്. കൊയ്ത്തും തെങ്ങുകയറ്റവും എല്ലാം വന്ന്, നെല്ലും തേങ്ങയും എല്ലാം കൊണ്ടുവരാനും കൊണ്ടുപോകാനും സ്വന്തമായുള്ള വള്ളം കൂടാതെ വഞ്ചി

കളും വാടകയ്ക്ക് എടുക്കുന്ന പതിവുണ്ടായിരുന്നു. സമയത്ത് തന്നെ വഞ്ചി തിരിച്ചു കൊടുക്കേണ്ടത് ഒരു അലിഖിത നിയമമാണ്. നാടുമുഴുവൻ കൊയ്ത്തും വ്യവഹാരങ്ങളും നടക്കുന്ന സമയമാണ്. വൈകീട്ട് 7 മണിക്കാണ് അവസാനത്തെ ലോഡ് എത്തിയത്. എല്ലാം ഇറക്കി കഴിഞ്ഞപ്പോൾ പണിക്കാർക്ക് കൂലിയും വാങ്ങി പോകാൻ തിരക്കായി. എന്തോ ഒരു കാര്യത്തിന് പുറത്തുപോയി തിരിച്ചുവന്ന ജോസഫ് മാഷ് കടവിലേക്ക് നോക്കിയപ്പോൾ വാടകയ്ക്ക് എടുത്ത വഞ്ചി അവിടെ തന്നെ കിടപ്പുണ്ട്. വഞ്ചിക്കാരും പണിക്കാരും പോയിക്കഴിഞ്ഞു. കാര്യസ്ഥന്മാരും അവരവരുടെ കുടികളിൽ എത്തിക്കഴിഞ്ഞു. ഇനി ആരെയെങ്കിലും വിട്ട് അവരെ വിളിപ്പിച്ചാൽ തന്നെ അവർ വന്ന് വഞ്ചി കൊണ്ടുപോയി എത്തേണ്ടിടത്ത് എത്തുമ്പോൾ തന്നെ ഒരു നേരമാവും. ഉച്ചയ്ക്ക് എത്തിക്കേണ്ടിരുന്നതാണ്. ജോസഫ് മാഷിന്റെ ഉത്കണ്ഠ കണ്ട പ്പോൾ ജോയി പറഞ്ഞു.

'ഞാൻ വഞ്ചി അവിടെ എത്തിക്കാം അപ്പാ..'

ജോസഫ് മാഷ് ഒന്നിരുന്നാലോചിച്ചു.

'ശരി, നീ ഒറ്റയ്ക്ക് പോകണ്ട ഞാനും കൂടെ വരാം...'

പറഞ്ഞു തീർന്നില്ല ആരോ പടി കടന്നു കയറി വരുന്ന ശബ്ദം കേട്ട് നോക്കിയപ്പോൾ കൊച്ചച്ചനാണ്. ജോസഫ് മാഷിന്റെ ജ്യേഷ്ഠനാണ് കൊച്ചച്ചൻ, വൈദികനാണ്. മോശ മില്ലാത്ത അരിശക്കാരനും. വീട്ടിലേക്ക് അതിഥിയായി വന്ന സമയത്ത് വഞ്ചി കൊടുക്കാനുണ്ടെന്ന് പറഞ്ഞ് ഇറങ്ങിയാൽ കൊച്ചച്ചൻ ദുർവാസാവാകും. ജോസഫ് മാഷ് ജോയിയെ നോക്കി പറഞ്ഞു.

'നീ വർഗീസിനെയും കൂട്ടി പോയാൽ മതി...സൂക്ഷിക്ക
ണം...'

ജോയിയുടെ 15 വയസ്സുള്ള നേരെ മൂത്ത ജ്യേഷ്ഠനാണ്
വർഗീസ്. രണ്ടുപേരും ഇതുപോലൊരു സാഹസം ആദ്യമാ
യാണ് . അതും രാത്രിയിൽ. പുറപ്പെട്ടപ്പോഴേക്കും രാത്രി ഒമ്പ
തര കഴിഞ്ഞു. കോൽ വെച്ചാണ് വഞ്ചി കുത്തി നീക്കുന്നത്.
കരയിൽ നിന്ന് ഒരു നിശ്ചിത ദൂരത്തിലാണ് കുത്തേണ്ടത്.
കൂടുതൽ ദൂരം പോയാൽ നിലം കിട്ടാതെ പോകും. ഈ
ബാലപാഠങ്ങൾ ധ്യാനിച്ച് അവർ രണ്ടുപേരും പതുക്കെ
പതുക്കെ വഞ്ചി നീക്കി. പ്രശ്നം അതല്ല... അവർക്ക്
പോകേണ്ട ദിശയിൽ നടക്കൽ കടവ് അല്ലെങ്കിൽ നടക്കടവ്
എന്ന് പേരുള്ള ഒരു സ്ഥലമുണ്ട്. അവിടെ കരയുടെ ചില
പ്രത്യേകതകൾ കാരണം വെള്ളത്തിന്റെ ഒഴുക്ക് ദിശ തെറ്റി
യാണ്. വഞ്ചി നിയന്ത്രിക്കാൻ പാടുപെടും. പലപ്പോഴും കട
വിൽ ഇരുന്ന് വിശ്രമിക്കുന്ന വഞ്ചിക്കാർ നടക്കടവിനെ കുറിച്ച്
പറയുന്നത് ജോയിയും വർഗീസും കേട്ടിട്ടുണ്ട്. ഒഴുക്കിൽപ്പെട്ട്
കോലു കുത്താൻ പറ്റാത്ത നിലയില്ലാത്ത ഇടത്തിൽപെട്ടാൽ
പിന്നെ ഒഴുക്ക് നടുക്കടലിലേക്ക് കൊണ്ടുപോകും.

ഒഴുക്കിന്റെ ദിശ ചെറുതായി മാറുന്നത് കണ്ടപ്പോൾ
വർഗീസ് പറഞ്ഞു.

'ജോയ്, നടക്കടവ് എത്താറായി...'

ചെറുതായി മഴ പൊടിയാനും തുടങ്ങി. അതുവരെ ദിശ
തെളിച്ച നിലാവിനെ മറച്ചുകൊണ്ട് മേഘക്കൂട്ടങ്ങൾ ആകാ
ശത്തു വന്ന് നിറഞ്ഞു. ശക്തമായ ഒരു കാറ്റ് അടിക്കാൻ തുട
ങ്ങി. രണ്ടുപേരും അന്യോന്യം നോക്കി. ചുറ്റിലെ തണുപ്പിനി
ടയിലും രണ്ടു പേരുടെയും നെറ്റിത്തടത്തിൽ വിയർപ്പു പൊടി

ഞ്ഞു. കുത്തുന്ന ദിശയിൽ നിന്ന് മാറി പതുക്കെ വഞ്ചിനടുക ടലിലേക്ക് തിരിഞ്ഞു തുടങ്ങി. ജോയിയുടെ കൈയ്യിൽ നിന്ന് കഴുക്കോൽ വാങ്ങി വർഗീസ് ആഞ്ഞു കുത്താൻ തുടങ്ങി. ശക്തമായ മഴയും ഇടിവെട്ടും. കുത്തുന്ന ദിശയിലേക്കല്ല വഞ്ചി പോകുന്നത്. രണ്ടുപേരും പേടിച്ചരണ്ടു. കുത്തുന്നത് നിഷ്ഫലമാണെന്ന് കണ്ട് വർഗീസ് കഴുക്കോൽ പൊക്കി വഞ്ചിയിൽ വച്ചു. രണ്ടുപേരും അടുത്തടുത്ത് കെട്ടിപ്പിടിച്ചിരു ന്നു. തലേന്ന് കുളിച്ചപ്പോൾ തലയിൽ പുരട്ടിയ എണ്ണയും മഴ വെള്ളവും കണ്ണുകളിലേക്ക് ഒലിച്ചിറങ്ങി.

'ഈശോയെ കാക്കണേ...' എന്ന് രണ്ടുപേരും എത്രത വണ ഉരുവിട്ടു എന്നറിയില്ല. അടുത്തുണ്ടായ ഇടിമിന്നലിന്റെ വെളിച്ചത്തിൽ അവർ കണ്ടു...അങ്ങ് ദൂരെ കരയിൽ ഒരു വെളുത്ത രൂപം. അദ്യം അവർക്ക് മനസ്സിലായില്ല. പിന്നെ പൊടുന്നനെ ഉണ്ടായ അടുത്ത മിന്നലിൽ അവർ വ്യക്തമായി കണ്ടു....കരയിൽ   നിന്ന   രൂപം   കൈയ്യിലുണ്ടായിരുന്ന തോർത്ത് വീശി കാണിക്കുന്നു. വർഗീസ് ഉറക്കെ അലറി.

'എടാ ജോയി...........അത് അപ്പനാടാ...'

മഴ തുടങ്ങുന്നു എന്ന് കണ്ടപ്പോഴേ വീട്ടിൽ നിന്ന് ഇറങ്ങി യതാണ് ജോസഫ് മാഷ്. കരയോരത്തു കൂടെ നടന്നു നടന്നു വഞ്ചി കാണാറായപ്പോഴേക്കും നല്ല മഴയായി. വഞ്ചി നിയന്ത്രി ക്കാൻ രണ്ടു പേരും മാറിമാറി കോല് കുത്തുന്നതും വഞ്ചി ദൂരേക്ക് ദൂരേക്ക് പോകുന്നതും കണ്ടു.

'വർഗീസേ...........ജോയീ........' എന്നീ വിളികളെല്ലാം മഴയു ടെയും ഇടിയുടെയും ഗർജനത്തിനിടയിൽ മുങ്ങിപ്പോയി. അപ്പനെ കണ്ടതും വർഗീസിനും ജോയിക്കും ചോർന്നുപോയ ഊർജ്ജം തിരിച്ചു കിട്ടി. വർഗീസ് ആഞ്ഞു കുത്താൻ തുട

ങ്ങി. ഓരോ മിന്നല്‍ അടിക്കുമ്പോഴും ജോസഫ് മാഷ് കോലു കുത്തേണ്ട ദിശ കാണിച്ചു കൊടുത്തു. അങ്ങനെ ഒരു വിധ ത്തില്‍ അവര്‍ നടക്കടവ് കടന്നു. മഴയുടെ ശക്തിയും കുറ ഞ്ഞു തുടങ്ങി. വഞ്ചി കരയ്ക്കടുപ്പിക്കാന്‍ അവിടെ കടവ് ഇല്ലായിരുന്നു. വഞ്ചി ഏത്തേണ്ടിടത്ത് എത്തിക്കുന്നത് വരെ ജോസഫ് മാഷ് കരയിലൂടെ നടന്നു. അവിടെയെത്തി കട വില്‍ വഞ്ചി കെട്ടിയിട്ട് നോട്ടക്കാരനെ വിളിച്ച് എഴുന്നേല്‍പ്പിച്ച് കാര്യം പറഞ്ഞശേഷം ജോസഫ് മാഷ് കയ്യില്‍ ഉണ്ടായിരുന്ന തോര്‍ത്തുകൊണ്ട് രണ്ടുപേരുടെയും തലതോര്‍ത്തി. ഷര്‍ട്ട് ഊരി പിഴിഞ്ഞ് തോളിലിട്ട് മൂന്നുപേരും തിരിച്ച് വീട്ടിലേക്ക് നടന്നു. ഏകദേശം ഒരു മണിയായി വീട്ടില്‍ തിരിച്ചെത്തിയ പ്പോള്‍. ഉമ്മറത്തു തന്നെ മാമി ചേടത്തി കാത്തുനില്‍പ്പുണ്ടാ യിരുന്നു. ഉണങ്ങിയ തോര്‍ത്തുകൊണ്ട് അവരുടെ തല യെല്ലാം തോര്‍ത്തി. ആരും ഒന്നും മിണ്ടിയില്ല. മാമിച്ചേടത്തി അവരോട് ഒന്നും ചോദിച്ചുമില്ല. അടുപ്പില്‍ തിളപ്പിക്കാന്‍ വെച്ച കട്ടന്‍കാപ്പി മൂന്ന് ഗ്ലാസ്സുകളിലാക്കി അവര്‍ക്ക് പകര്‍ന്നു കൊടുക്കുന്നതിനിടയില്‍ മാമിചേടത്തിയുടെ ചുണ്ടുകളില്‍ നിന്ന് പതിഞ്ഞ സ്വരത്തില്‍ ഒരു ഗാനം അവര്‍ കേട്ടു....

'ദൈവ പിതാവേ....

അങ്ങയെ ഞാന്‍ ....ആരാധിക്കുന്നു...

സ്തുതിക്കുന്നു.....'

5. കോട്ടമൈതാനിയിലെ തെണ്ടി

പ്രഹ്ലാദൻ മുതലാളി സായാഹനസവാരിക്കിറങ്ങിയതായിരു ന്നു. തന്റെ ബെൻസ് കാർ കോട്ട മൈതാനിയുടെ വാതിൽക്കൽ ഡ്രൈവറോട് മാറ്റിയിടാൻ പറഞ്ഞിട്ട് അയാൾ വാക്കിങ് സ്റ്റിക്കും പിടിച്ചു നടക്കാൻ തുടങ്ങി. പരിചയമുള്ള മറ്റു നടത്തക്കാർ മുതലാളിയെ കണ്ടു സലാം പറഞ്ഞു... നാട്ടിലെ പ്രമാണിയായിരുന്നു പ്രഹ്ലാദൻ മുതലാളി.

കോട്ടമൈതാനിയുടെ ഒരു തിരിവു തിരിഞ്ഞപ്പോൾ ഒരു പിച്ചക്കാരൻ. അയാൾ പ്രഹ്ലാദൻമുതലാളിയെ കണ്ടപ്പോൾ പാത്രം നീട്ടി. തന്റെ കൈയ്യിലുണ്ടായിരുന്ന രണ്ടു രൂപ മുത ലാളി അതിലേക്കിട്ടു.

"ഇതുകൊണ്ട് ഒന്നുമാവില്ല...ഇനിയും എന്തെങ്കിലും തന്നുകൂടെ......?"

മുതലാളി അയാളുടെ കണ്ണുകളിലേക്ക് നോക്കി.

"ഇനിയുള്ളത് നീറുന്ന കുറേ ഓർമകളും എടുത്താപൊ ങ്ങാത്ത കുറേ ജീവിതഭാരങ്ങളും ആണ്. അൽപ്പം പാത്രത്തി ലേക്കിട്ടു തരട്ടേ....?"

പിച്ചക്കാരൻ ഒന്നു മന്ദഹസിച്ചു. എന്നിട്ട് തന്റെ വിഴുപ്പുഭാ ണ്ഡത്തിൽ നിന്നു ഒരു പഴയ പാത്രം തപ്പിയെടുത്തു. മുത ലാളിക്ക് നേരെ അത് നീട്ടികൊണ്ട് പറഞ്ഞു.

"എന്നേക്കാൾ വലിയ പിച്ചയാണ് താൻ എന്ന് അറിഞ്ഞി ല്ല. വിരോധമില്ലെങ്കിൽ നമുക്കിനി ഒരുമിച്ചു തെണ്ടാം."

പ്രഹ്ലാദൻ മുതലാളി അമ്പത് വർഷം മുമ്പ് കച്ചവടം തുട ങ്ങുമ്പോൾ വെറും വട്ടപ്പൂജ്യമായിരുന്നു. ഒരു നേരത്തെ ആഹാരത്തിനു വേണ്ടി അയാൾ എരന്നിട്ടുണ്ട്. കഠിനാധ്വാനം കൊണ്ടാണ് എല്ലാം ഉണ്ടായത്. തുണിത്തരങ്ങളുടെ ബിസിന സ്സിൽ തുടങ്ങി ഇന്നയാളുടെ സാമ്രാജ്യം മൂന്ന് സംസ്ഥാനങ്ങ ളിൽ വ്യാപിച്ചു കിടക്കുന്നു.

പാത്രം നീട്ടി തെണ്ടാൻ ക്ഷണിക്കുന്ന പിച്ചക്കാരനെ കണ്ടപ്പോൾ ഒരു കൗതുകമാണ് അയാൾക്ക് തോന്നിയത്. അയാൾ അതുമായി പിച്ചക്കാരന്റെ അടുത്ത് നിലത്തിരുന്നു.

കണ്ടവർ കണ്ടവർ ഞെട്ടി തരിച്ചുപോയി. പ്രഹ്ലാദൻ മുത ലാളി നിലത്ത് മണ്ണിൽ....അതും ഒരു തെണ്ടിയുടെ കൂടെ.... കാഴ്ച കാണാൻ ആളുകൾ തടിച്ചുകൂടി. ഫോണിൽ വീഡിയോ എടുത്തവർ ഷെയർ ചെയ്തു. ഫേസ്ബുക്കിൽ

ലൈവ് പോയി. പത്രക്കാരും ചാനലുകാരും വിവരമറിഞ്ഞു പാഞ്ഞുവന്നു.

ഒരു അര മണിക്കൂർ കഴിഞ്ഞപ്പോൾ മുതലാളിക്ക് ക്ഷീണം വന്നു. ഷുഗറിന്റെ ഗുളിക കഴിക്കാൻ സമയമായി. അയാൾ പിച്ചപാത്രം തിരിച്ചു തെണ്ടിയെ ഏൽപിച്ചു നടക്കാൻ തുടങ്ങി. ആരുടെയും ചോദ്യങ്ങൾക്ക് അയാൾ മറുപടി പറഞ്ഞില്ല. കോട്ടവാതിൽക്കൽ പാർക്ക് ചെയ്തിരുന്ന ബെൻസിൽ അയാൾ വീട്ടിലേക്ക് തിരിച്ചു.

അന്ന് രാത്രിയിൽ അയാൾക്ക് ഫോൺ വന്നു. മൂന്ന് വർഷമായി ശ്രമിച്ചുകൊണ്ടിരുന്ന എക്സ്പോർട്ട് ലൈസൻസ് ഇതാ പാസായിരിക്കുന്നു. കൂടാതെ മഹാരാഷ്ട്രയിലും ,ആ സ്ത്രയിലും പുതിയ ഫാക്ടറി തുടങ്ങാനുള്ള പെർമിറ്റും. പിറ്റേ ദിവസം അതിഥികൾ ഉണ്ടായിരുന്നു...വന്നത് ഒരു വിവരം അറിയിക്കാനാണ്... ഈ വർഷത്തെ സ്വകാര്യമേഖലയിലെ ഏറ്റവും നല്ല തൊഴിൽദാതാവിനുള്ള അവാർഡ് പ്രഹ്ലാദൻ മുതലാളിക്കാണ്.

കുടുംബത്തിലും അഭിവൃദ്ധി ഉണ്ടായി. പിണങ്ങി നിന്ന രണ്ടാമത്തെ മകൻ ഇതൊന്നും അറിയാതെ അന്ന് വീട്ടിൽ തിരിച്ചെത്തി. അച്ഛനെ കെട്ടിപിടിച്ചു കുറേ കരഞ്ഞു.

രണ്ടു ദിവസം കഴിഞ്ഞപ്പോൾ പ്രഹ്ലാദൻ മുതലാളി പത്ര സമ്മേളനം വിളിച്ചു. തന്റെ ബിസിനസ് സാമ്രാജ്യത്തിന്റെ വളർച്ചയെക്കുറിച്ചും മറ്റു രാജ്യങ്ങളിലേക്ക് അത് വ്യാപിപ്പിക്കുന്നതിനെക്കുറിച്ചും വാതോരാതെ സംസാരിച്ചു. ഇനി മുതൽ തന്റെ രണ്ടു മക്കളാണ് എല്ലാം നോക്കാൻ പോകുന്നതെന്നും താൻ അടുത്ത ലോകസഭാ തിരഞ്ഞെടുപ്പിൽ ജനങ്ങളെ

സേവിക്കാൻ എത്സരിക്കാൻ പോകുകയാണെന്നും പ്രഖ്യാപി ച്ചു.

പത്രക്കാരിൽ ഒരാൾ എഴുന്നേറ്റു നിന്നു ചേദിച്ചു.....

"രണ്ടു ദിവസം മുമ്പ് താങ്കൾ ഒരു പിച്ചക്കാരന്റെ ഒപ്പം ഇരിക്കുന്നത് കണ്ടിരുന്നു. ഈ രണ്ടു ദിവസത്തിൽ താങ്കൾക്കുണ്ടായ വളർച്ചയും ആ പിച്ചക്കാരനും തമ്മിൽ എന്തെങ്കിലും ബന്ധം....?"

പ്രഹ്ലാദൻ മുതലാളിയുടെ നെറ്റി ഒന്ന് ചുളിഞ്ഞു. അയാൾ പറഞ്ഞു.

"നോ കമന്റ്സ്....മറ്റെന്തെങ്കിലും ചോദ്യം....?"

ആ വീഡിയോകൾ കൂടുതൽ വയറലായി. കണ്ടവർ കണ്ട വർ പറഞ്ഞു. ആ പിച്ചക്കാരൻ അത്ഭുതസിദ്ധികളുള്ള ആളാ യിരിക്കണം. അല്ലാതെ എങ്ങനെ ഇത്ര പെട്ടെന്ന്....

നാട്ടിലെ ചോട്ടാ വ്യാപാരികൾ കോട്ടമൈതാനിയിൽ ആ പിച്ചക്കാരനെ തപ്പി ഇറങ്ങി. കണ്ട് കാര്യം പറഞ്ഞു...

"ഒരു അരമണിക്കൂർ താങ്കളുടെ കൂടെ ഇരിക്കാൻ അവ സരം തരണം. നല്ല പൈസ തരാം..."

തനിക്കു വട്ടായതാണോ അതോ നാട്ടുകാർക്ക് മുഴുവൻ വട്ടായതാണോ എന്ന പഴയ ചോദ്യത്തിന് ഉത്തരം കണ്ടെ ത്താനാകാതെ പിച്ചക്കാരൻ കുഴങ്ങി.

പിച്ചക്കാരന്റെ കൂടെ അരമണിക്കൂർ ചിലവിട്ട ശേഷം ആ ചോട്ടാ വ്യാപാരികൾ മൂന്നുപേരും തിരിച്ചു പോയി. അവർക്കും എന്തൊക്കെയോ അഭിവൃദ്ധി ഉണ്ടായി എന്നാണ് നാട്ടിലെ സംസാരം. പക്ഷെ അന്നത്തോടുകൂടി കോട്ടമൈതാ നിയിലെ തെണ്ടി പ്രശസ്തനായി. ഒരു അര മണിക്കൂർ അയാ

ളുടെ കൂടെ ഇരിക്കാൻ ക്യൂ ആയി. വരുന്നവർ വരുന്നവർ കൊണ്ട് വരുന്ന പൈസ വെക്കാൻ സ്ഥലമില്ലാതായി. അയാൾ സഹായത്തിനു പരിചയമുള്ള രണ്ടു മൂന്ന് തെണ്ടികളെ കൂടി വിളിച്ചു. അക്കൗണ്ട്സ് സെക്ഷൻ അവരെ ഏൽപ്പിച്ചു. കച്ചവ ടക്കാർ മാത്രമല്ല രാഷ്ട്രീയക്കാർ ജോലി സംബന്ധമായ ഇന്റർവ്യൂവിനു പോകുന്നവർ, പരീക്ഷക്ക് പോകുന്ന സ്കൂൾകുട്ടികൾ, അവരുടെ മാതാപിതാക്കൾ അങ്ങനെ അങ്ങനെ.....

ഒരു മാസം കഴിഞ്ഞപ്പോഴേക്കും അപ്പോയ്ൻമെന്റ് സംവി ധാനം നിലവിൽ വന്നു. മുൻകൂട്ടി അപ്പോയ്മെന്റ് എടുക്കാതെ തെണ്ടിയുടെ കൂടെ ഇരിക്കാൻ പറ്റില്ല. ഹൗസ് വിസിറ്റ് സംവി ധാനവും ഉണ്ട്. മൈതാനിയിലേക്ക് യാത്ര ചെയ്തു വരാൻ കഴിയാത്ത ചുരുക്കം ചില പണക്കാർക്കുവേണ്ടിയാണ് ഈ ഏർപ്പാട്.

ആറു മാസം കഴിഞ്ഞപ്പോഴേക്കും തെണ്ടി മറ്റു ജില്ലക ളിൽ ബ്രാഞ്ചുകൾ തുറന്നു. കാണാൻ തന്നോട് രൂപസാ ദൃശ്യം തോന്നിക്കുന്ന മറ്റു പിച്ചക്കാരെ അതിന്റെ മാനേജർമാ രാക്കി. അവിടെയും ഗംഭീരത്തിരക്കായിരുന്നു.

മുൻപ് കണ്ടാൽ അറപ്പുളവാക്കിയിരുന്ന പിച്ചക്കാരിപ്പോൾ എല്ലാ മംഗളകർമ്മങ്ങൾക്കും അനിവാര്യമാണെന്ന നില നാട്ടിൽ സംജാതമായി. കല്യാണസമയത്തു വധൂവരന്മാരുടെ കൂടെ ഒരു തെണ്ടിയെയും നിർത്തുന്നത് പതിവായി. പക്ഷെ സമയത്ത് ഒരു തെണ്ടിയെ കിട്ടാനില്ലാതെ പല കല്യാണ ങ്ങളും വേണ്ട വിധത്തിൽ മംഗളകരമാവാതെയും വന്നു. സദ്യ കഴിച്ചു പോയവർ പോയവർ അടക്കം പറഞ്ഞു.

'വലിയ വീട്ടുകാരൊക്കെയാണെന്ന് പറഞ്ഞിട്ടെന്താ കാര്യം. കെട്ടിന്റെ സമയത്തു ഒരു തെണ്ടിയെ കൂടെ നിർത്താൻ പറ്റിയില്ല....'

തെണ്ടികളുടെ ക്ഷാമം രൂക്ഷമായപ്പോൾ കുടുംബത്തിലെ ഒരു അടുത്ത ബന്ധു തന്നെ തെണ്ടിയുടെ വേഷം കെട്ടി വധൂ വരന്മാരെ കൂടെ നിൽക്കണമെന്ന സ്ഥിതി വന്നു. അനുജനോ ജ്യേഷ്ഠനോ ആരുമാവാം. കണ്ടാൽ സാക്ഷാൽ തെണ്ടിയാ ണെന്ന് തോന്നിക്കണമെന്ന് മാത്രം.

കോട്ടമൈതാനിയിലെ തെണ്ടി ഇന്ന് ബെൻസ് കാറി ലാണ് അവിടേക്ക് തെണ്ടാൻ വരാറുള്ളത്. മന്ത്രി ശുപാർശ ചെയ്തതോ ഭീമമായ തുക വാഗ്ദാനം ചെയ്തതോ അങ്ങനെ വല്ല ഒഴിവാക്കാൻ കഴിയാത്ത അപ്പോയ്മെന്റ്സ് മാത്രമാണ് അദ്ദേഹം അറ്റൻഡ് ചെയ്തിരുന്നത്. അദ്ദേഹത്തിനിപ്പോൾ ഷുഗറും പ്രഷറുമുണ്ട്. അധികം നേരം ഇരിക്കാൻ പറ്റില്ല. അതുകൊണ്ട് ബാക്കി എല്ലാ കേസുകളും ജൂനിയേർസ് ആണ് നോക്കുന്നത്.

പ്രഹ്ലാദൻ മുതലാളി എന്തുകൊണ്ടോ ആ ലോകസഭ ഇലക്ഷനിൽ തോറ്റു. തെണ്ടിയെ അറിയില്ല എന്ന് പറഞ്ഞതി നുള്ള തെണ്ടിയുടെ ശാപമാണെന്നാണ് നാട്ടിലെ സംസാരം.

6. കൃഷ്ണനുണ്ണി

കുഞ്ഞുപോളിന് സ്വന്തം വീട്ടിൽ ഒരു ദിവസത്തേക്കെങ്കിലും വലിയ പോളാകാൻ കഴിഞ്ഞത് കൃഷ്ണനുണ്ണി കാരണമാണ്. ഒരു ദിവസത്തെ രാജാവ്. കുഞ്ഞുപോൾ അന്ന് രണ്ടാം ക്ലാസ്സിൽ പഠിക്കുന്ന കാലം. അതേ ക്ലാസ്സിൽ പഠിച്ചിരുന്ന മറ്റൊരു വിശിഷ്ടവ്യക്തിയായിരുന്നു കൃഷ്ണനുണ്ണി. വിചിത്ര മായ ശീലങ്ങളുള്ള ഒരു കുട്ടി..... ഉദാഹരണത്തിന് പച്ചവെള്ള

മെന്ന ഖരവസ്തുവിനോട് വല്ലാത്ത അവജ്ഞയായിരുന്നു അവന്. അതുകൊണ്ട് തന്നെ ദിവസേനയുള്ള ദേഹസ്നാനം, ഭക്ഷണത്തിനു മുൻപും ശേഷവുമുള്ള കൈകഴുകൽ, വായക ഴുകൽ എന്നീ അനാവശ്യ ദിനചര്യകൾ അദ്ദേഹത്തിൽ നിന്ന് അകന്നു നിന്നു. രാവിലെ സ്കൂളിലേക്ക് വരുമ്പോൾ അന്നത്തെ പ്രാതലായ മുട്ട bulls eye യുടെ മഞ്ഞക്കരു മുഴു വൻ അവന്റെ ചുണ്ടിന്റെ ചുറ്റും പറ്റിപ്പിടിച്ചിരിക്കും. അവനെ സ്കൂൾ ബസ്സിലേക്ക് വലിച്ചു കയറ്റിയിരുത്തിയിരുന്ന രതി ചേച്ചി തമാശരൂപേണ എല്ലാ ദിവസവും പറഞ്ഞിരുന്നത്, 'കൃഷ്ണനുണ്ണിയും മുട്ടേടെ ഉണ്ണിയും ഇന്ന് നേരത്തെയാണ ല്ലോ.....' എന്നൊക്കെയാണ്. വളരെ വിചിത്രമായ രീതിയി ലാണ് അവൻ ബ്രേക്ക് ടൈമിൽ ഭക്ഷണം കഴിച്ചിരുന്നത്. എല്ലാവരും ബിസ്ക്കറ്റും ബ്രെഡ്ഡുമെല്ലാം കൊണ്ടുവരുമ്പോൾ അവൻ കൊണ്ടുവന്നിരുന്നത് ഒരു നേന്ത്രപഴമായിരുന്നു. അതും പഴുത്തു ചീയാറായ പഴം....അതിന്റെ മഞ്ഞനിറം മാറി ഒരു കറുത്ത നിറമായിട്ടുണ്ടാകും. അത് അവൻ അവന്റെ ബാഗിന്റെ ഉള്ളിലെ B നിലവറയിൽ നിന്ന് തപ്പിയെടുക്കും. എന്നിട്ട് അതും കൊണ്ട് ക്ലാസ്സ്റൂമിന്റെ മൂലക്കുള്ള വേസ്റ്റ് ബിന്നിന്റെ അടുത്ത് ചെന്നു പഴത്തിന്റെ തൊലി മുഴുവൻ പൊളിച്ചു കളയും. അര അടി വലിപ്പമുള്ള അ പഴം പിന്നെ ഒരു ജീവനുള്ള വസ്തുവിന്റെ പോലെ അവന്റെ കയ്യിൽ കിടന്നു നൊളയാൻ തുടങ്ങും. ആ വിശിഷ്ട വസ്തുവിനെ ഭദ്രമായി കയ്യിലൊതുക്കി അവൻ വീണ്ടും സീറ്റിൽ വന്നിരി ക്കും. എല്ലാവരും കണ്ടുകൊണ്ടിരിക്കെ നിമിഷം നേരം കൊണ്ട് അത് മുഴുവൻ അകത്താക്കും. ശേഷം കയ്യിലെ പഴ ത്തിന്റെ സ്രവം മുഴുവൻ യൂണിഫോമിലും പാന്റിലും തരം കിട്ടിയാൽ മറ്റുള്ളവരുടെ ബാഗിന്മേലും തേച്ചുവെക്കും.

ഇങ്ങനെയൊക്കെയാണെങ്കിലും നാൽപ്പതിലേറെ കുട്ടി കളുള്ള ക്ലാസ്സിൽ അവന് പ്രത്യേക ഒരു സ്ഥാനമുണ്ടായിരു ന്നു. മടുപ്പുളവാക്കുന്ന പല ക്ലാസ്സുകളിലും അവൻ ചിരിയുടെ മാലപ്പടക്കം പൊട്ടിച്ചു. ടീച്ചർ എന്തെങ്കിലും അവനോടു ഒരു ചോദ്യം ചോദിച്ചാൽ ചിരിക്കുള്ള വക എന്തായാലും ഒക്കും. പക്ഷെ പിൽക്കാലത്ത് എല്ലാവരും അവനെ ഓർത്തിരുന്നത് രണ്ടാം ക്ലാസ്സിന്റെ രണ്ടാം പകുതിയിൽ ഒരു ദിവസം അവൻ നടത്തിയ കണ്ടുപിടുത്തത്തിന്റെ പേരിലായിരിക്കും എന്ന് തോന്നുന്നു. അവനാണ് ഹിന്ദി മാഷിന്റെ പാന്റിന്റെ പിന്നിലെ ഓട്ട കണ്ടുപിടിച്ചത്. മാഷ് പുറം തിരിഞ്ഞു നിന്ന് ബോർഡിൽ എഴുതിക്കൊണ്ടിരുന്നപ്പോൾ കൃഷ്ണനുണ്ണി കുഞ്ഞുപോ ളിന്റെ കയ്യിൽ തട്ടി പതിഞ്ഞ സ്വരത്തിൽ പഞ്ഞു.

'ഡാ നോക്കടാ, മാഷിന്റെ പാന്റിൽ ഒരു ഓട്ട...'

കുഞ്ഞുപോൾ നോക്കിയപ്പോൾ സംഭവം ശരിയാണ്. മാഷിന്റെ ഇടതുപൃഷ്ഠത്തിന്റെ ഉയർന്ന പ്രതലത്തിൽ പയറു മണി വലുപ്പത്തിൽ ഒരു ഓട്ട. പാന്റ്സിനുള്ളിലേക്ക് പോയ മാഷിന്റെ വെളുത്ത സിൽക്ക് ഷർട്ടിന്റെ ബാക്കി ഭാഗം ഓട്ടയി ലൂടെ ഉള്ളിലേക്ക് നോക്കിയാൽ കാണാം. പതുക്കെ പതുക്കെ സ്വകാര്യം പറഞ്ഞു പറഞ്ഞു നാൽപ്പതു പേരും വിവരം അറി ഞ്ഞു. നാൽപതു പേരുടെ കണ്ണുകളും ബോർഡിൽ നോക്കു ന്നതിനു പകരം മാഷിന്റെ ഇടതു പൃഷ്ഠത്തിലായി നോട്ടം. അത്രയും പേരുടെ ദൃഷ്ടിഭാരം കൊണ്ടാണെന്ന് തോന്നുന്നു. പൃഷ്ഠം ചെറുതായൊന്നു ഇടത്തോട്ടു ചെരിഞ്ഞു. എന്തോ അസ്വസ്ഥത തോന്നി മാഷ് തിരിഞ്ഞു നിന്ന് ആക്രോശിച്ചു.....

'യെ ക്യാ ബത്തമീസി ഹോ രഹി ഹേ....?

ഇത് സ്കൂളിലെ പ്രിൻസിപ്പൽ ഉണ്ടാക്കിയ ഒരു നിയമമമാ ണ്. ടീച്ചർ പഠിപ്പിക്കുന്ന വിഷയവുമായി ബന്ധപ്പെടുത്തി വേണം ആക്രോശിക്കാനും ദേഷ്യപ്പെടാനുമൊക്കെ... ചില ഉദാഹരണങ്ങൾ...

Social studies ടീച്ചർ ദേഷ്യം വരുമ്പോൾ , "You Anti Social എലമെന്റ്...'

Geography teacher,;' "You ഇന്റർനാഷണൽ idiot...'

History ടീച്ചർ, 'You ഹാവ് commited a ഹിമാലയൻ ബ്ലണ്ടർ...'

എന്നിങ്ങനെ പോകുന്നു ആക്രോശങ്ങൾ. ഇംഗ്ലീഷ് ടീച്ചർമാരുടേത് ബ്രിട്ടീഷ് ഇംഗ്ലീഷിൽ ആയിരുന്നു...ഹോം വർക് മുഴുവനാക്കാതെ മേശയിൽ വെച്ചാൽ , "I dont want any half baked pies you irresponsible specimens...'Pie യും specimen ഉം എന്താണെന്നറിയാത്ത കൃഷ്ണനുണ്ണിയും കുഞ്ഞുപോളും മിഴിച്ചിരിക്കും. മലയാളം ടീച്ചർ മാത്രമായി രുന്നു ഇതിനു ഒരു അപവാദം. അവർക്കു മാത്രം സ്വന്തം പഠ നഭാഷയിൽ തെറി വിളിക്കാൻ പറ്റില്ല...അത് ഇംഗ്ലീഷിൽ തന്നെ വേണം. ഇരയിമ്മൻ തമ്പിയുടെ ഓമന തിങ്കൾ കിടാവോ ചൊല്ലുന്നതിനിടയിലായിരിക്കും പെട്ടെന്ന് കൃഷ്ണ നുണ്ണി എന്തെങ്കിലും ഒപ്പിക്കുന്നത്. ഉടനെ തേനൊഴുകുന്ന മലയാളം മാറി കാതടപ്പിക്കുന്ന ഇംഗ്ലീഷ് ഭാഷ വരും. "what are you doing, you wretched creature.....?' അതിന്റെ മല യാളം പരിഭാഷയായ, 'എന്താടാ നശൂലം പിടിച്ചവനെ നീ ചെയ്യുന്നത്...?' എന്നെങ്ങാനും ചോദിച്ചാൽ പിന്നെ ആ ടീച്ച റുടെ അവസാനമായിരിക്കും.... "four people' കേട്ടാൽ മോശ

മില്ലാത്ത രണ്ടു മൂന്നു ശകാരവാക്കുകൾ അവർ ഇടയ്ക്കി ടയ്ക്ക് അഭ്യസിച്ചു പോന്നു.

'യഹാ ക്യാ ഹോ രഹാ ഹേ....?' ഹിന്ദി മാഷ് പിന്നെയും ആക്രോശിച്ചു. മാഷ് അടിക്കാരനായത് കൊണ്ട് ആരും ഒന്നും മിണ്ടിയില്ല. പക്ഷെ ചെറുതാണെങ്കിലും ഇത്തരത്തിലുള്ള വലിയ കണ്ടുപിടിത്തങ്ങൾ നടത്താനുള്ള കൃഷ്ണനുണ്ണി യുടെ പാടവത്തെ എല്ലാവരും പരക്കെ അംഗീകരിച്ചു.

ഇനി കഥ തുടങ്ങിയെടത്തേക്ക് തന്നെ തിരിച്ചു വരാം. സ്വന്തം വീട്ടിൽ കുഞ്ഞുപോളിന്റെ യശസ്സ് വാനോളം ഉയർന്ന കഥ. അക്കാലത്ത് ആ വീട്ടിൽ അവൻ വളരെയധികം ആഗ്ര ഹിച്ചിരുന്നതും എന്നാൽ ആപ്രാപ്യവും ആയ ഒരു കാര്യമു ണ്ടായിരുന്നു... തന്റെ ജ്യേഷ്ഠന്മാരുടെ സ്റ്റാമ്പ് കളക്ഷൻ. ഒരു പ്രത്യേക തരം ബോക്സിൽ ആണ് അത് സൂക്ഷിച്ചിരുന്നത്. വിദേശത്തു നിന്ന് ആരോ വന്നപ്പോൾ കൊണ്ടുവന്ന ഒരു assorted ബിസ്ക്കറ്റ് ബോക്സ്. അതിൽ പല വലിപ്പത്തിലുള്ള അറകൾ. ജ്യേഷ്ഠന്മാർ അതിൽ സ്റ്റാമ്പുകളും നാണയങ്ങളും വെച്ച് നിറച്ചു. അവരുടെ രണ്ടുപേരുടെയും വർഷങ്ങളുടെ അധ്വാനമാണ്. സ്റ്റാമ്പ് കളക്ഷനു വേണ്ട സ്റ്റാമ്പ് ബുക്ക് എല്ലാം വിപണിയിൽ വരുന്നതിനു മുമ്പുള്ള കാലഘട്ടമാണി ത്. ജ്യേഷ്ഠന്മാരുടെ സാന്നിധ്യത്തിലല്ലാതെ അത് കാണാനോ തൊട്ടുനോക്കാനോ കുഞ്ഞുപോളിന് അനുവാദ മുണ്ടായിരുന്നില്ല. കുഞ്ഞുപോളിന് കൈയെത്തി പിടിക്കാൻ പറ്റാത്ത ഉയരത്തിൽ ഒരു അലമാരയിലാണ് അത് സൂക്ഷിച്ചി രുന്നത്. ഒരു ദിവസം സ്റ്റാമ്പ് കളക്ഷനിൽ അവകാശം ഉന്നയി ച്ചുകൊണ്ട് കുഞ്ഞുപോൾ ബഹളം തുടങ്ങി. അത് അസഹ്യ മായപ്പോൾ ഒരു ജ്യേഷ്ഠൻ അതിൽ ഏറെയുള്ള ഇന്ത്യയുടെ

സ്റ്റാമ്പും ജർമനിയുടെ സ്റ്റാമ്പും രണ്ടുമൂന്നെണ്ണം അവന്
കൊടുത്തു. കുഞ്ഞുപോളിന്റെ അപ്പൻ ആ അടുത്തകാലത്ത്
ജർമനിയിൽ പോയി വന്നത്കൊണ്ട് ജർമൻ സ്റ്റാമ്പുകൾ ആവ
ശ്യത്തിലേറെയായിരുന്നു. കിട്ടിയ ഗാന്ധി അപ്പാപ്പന്റെ പട
മുള്ള ഇന്ത്യൻ സ്റ്റാമ്പും വേറെ ഏതോ അപ്പാപ്പന്റെ പടമുള്ള
ജർമൻ സ്റ്റാമ്പും കൊണ്ട് തൽക്കാലത്തേക്ക് പ്രശ്നപരിഹാര
മുണ്ടായി. കുഞ്ഞുപോൾ അതുകൊണ്ട് പിറ്റേദിവസം സ്കൂളി
ലെത്തി. കണ്ട കൂട്ടുകാരെയെല്ലാം അവനത് കാണിച്ചു.
പലരും പുച്ഛിച്ചു. ചിലർ എന്താണെന്നറിയാതെ മിഴിച്ചു നിന്നു.
കൃഷ്ണനുണ്ണി മാത്രം മാറ്റി നിർത്തി പറഞ്ഞു...

'കൊള്ളാം, നിനക്ക് സ്റ്റാമ്പ് കളക്ഷൻ ഉണ്ടല്ലേ...ഞാൻ
എന്റെ കളക്ഷനിൽ കുറച്ചു നാളെ കൊണ്ടുവരാം.... നമുക്ക്
എക്സ്ചേഞ്ച് ചെയ്യാം.....'

കുഞ്ഞുപോൾ തലയാട്ടി.പിറ്റേദിവസം പറഞ്ഞത് പോലെ
തന്നെ സംഭവിച്ചു. കൃഷ്ണനുണ്ണി വന്നത് ഫ്രാൻസ്, ഇറ്റലി,
ജപ്പാൻ, കാനഡ, ഭൂട്ടാൻ എന്നീ രാജ്യങ്ങളുടെ വളരെ ഭംഗി
യുള്ള സ്റ്റാമ്പുകളുമായാണ്. കുഞ്ഞുപോളിന്റെ കയ്യിൽ
ഗാന്ധിയപ്പാപ്പന്റെ തലയുള്ള നാലു സ്റ്റാമ്പും ഒരു ജർമൻ
സ്റ്റാമ്പും.

'നമുക്ക് ഇത് എക്സ്ചേഞ്ച് ചെയ്താലോ...' കുഞ്ഞു
പോൾ ചോദിച്ചു.

'അതിനെന്താ.....'ഉടൻ മറുപടി വന്നു.

അങ്ങനെ സ്റ്റാമ്പുകളുടെ എണ്ണം വെച്ച് അവർ അത്
കൈമാറ്റം ചെയ്തു.

വീട്ടിൽ അന്ന് കുഞ്ഞുപോളിന് ജ്യേഷ്ഠന്മാരുടെ ഇട യിൽ ഒരു രാജാവിന്റെ പ്രതീതിയായിരുന്നു. ഇത്രയും വർഷം കഷ്ടപ്പെട്ടിട്ടും അപ്രാപ്യമായിരുന്ന മുന്തിയ ഇനം സ്റ്റാമ്പു കൾ. അതും വെറും ഒരു ദിവസം കൊണ്ട്. സ്റ്റാമ്പ് കളക്ഷൻ സൂക്ഷിച്ചിരുന്ന ബോക്സ് ഇനി കുഞ്ഞുപോളിന് കൂടി കൈയ്യെത്തിയെടുക്കാനുള്ള പാകത്തിന് താഴത്തെ ഒരു ഷെൽഫിലേക്ക് മാറ്റി. ശേഖരം വിപുലീകരിക്കാനുള്ള മീറ്റിം ഗിൽ കുഞ്ഞുപോളിനെയും പങ്കാളിയാക്കി. സ്റ്റാമ്പുകളുടെ മൂല്യം അതിന്റെ ഭംഗിയും വലിപ്പത്തെയും കൂടുതൽ അതിന്റെ പഴക്കത്തിനാണ് എന്നവൻ മനസ്സിലാക്കി. പിറ്റേദിവ സവും എക്സ്ചേഞ്ച് ചെയ്യാൻ ഒരു അഞ്ചു സ്റ്റാമ്പുകൾ കൂടി ജ്യേഷ്ഠന്മാർ പ്രത്യേകം തിരഞ്ഞെടുത്ത് അവന് നൽകി. സാധാരണ കുഞ്ഞുപോൾ പറയുന്ന കാര്യങ്ങൾ ഒരു കൊഞ്ച ലിനപ്പുറം കാര്യമാക്കാത്ത ജ്യേഷ്ഠന്മാർ അന്നവന് പറയാനു ണ്ടായിരുന്നത് മുഴുവൻ ഇരുന്നു കേട്ടു. കുഞ്ഞുപോളിന് താൻ വളരെ പെട്ടെന്ന് വലുതായതുപോലെ തോന്നി. ലോകം പതുക്കെ അവന്റെ കാൽകീഴിലേക്ക് ചെറുതാവുന്നതു പോലെ ...എന്തും കീഴടക്കാനുള്ള ആത്മവിശ്വാസം.

കൃത്യം ഏഴുമണിക്കാണ് ആ ഫോൺ വന്നത്. തുരത്തൂര അടിച്ച ലാൻഡ്ഫോൺ കുഞ്ഞുപോളിന്റെ അപ്പച്ചനാണ് എടു ത്ത്...

'ഹലോ...'

'ഇത് പോൾ വടശ്ശേരിലിന്റെ വീടല്ലേ..?

'അതെ ......ആരാണ്...?

'ഞാൻ പോൾ പഠിക്കുന്ന ക്ലാസ്സിലെ കൃഷ്ണനുണ്ണിയുടെ ജ്യേഷ്ഠനാണ്...പേര് ബലരാമൻ....'

'ok...please Hold on...പോളിനെ ഇപ്പോൾ വിളിക്കാം.....'

'പോൾ....പോൾ...'

എന്താണെന്നറിയാതെ ആരാണെന്നറിയാതെ പോൾ ഫോൺ എടുത്തു.....

'ഹലോ...'

'ഇത് പോൾ അല്ലെ സംസാരിക്കുന്നത്...?'

'അതെ...'

'ഞാൻ ആരാണെന്നു മനസ്സിലായയോ...?'

'ഇല്ല...ആരാ....?'

പെട്ടെന്നു അപ്പുറത്തുള്ള ശബ്ദത്തിന് കനം വെച്ചു.... ഒരു തരം ഭീഷണിയുടെ കനം...

'ഞാൻ കൃഷ്ണനുണ്ണിയുടെ ചേട്ടനാണ്...ഇന്ന് അവൻ നിനക്ക് തന്ന ആ സ്റ്റാമ്പുകൾ നാളെ തന്നെ തിരിച്ചുകൊണ്ടു വരണം...അങ്ങനെ അവനെ പറ്റിച്ചൊന്നും ഇവിടെ ആരും ആളാവണ്ട... നാളെ എങ്ങാനും അത് കൊണ്ടുവന്നില്ലെങ്കിൽ... നിന്റെ അവസാനമായിരിക്കും.....'

അവസാനത്തെ 'അവസാനമായിരിക്കും' അൽപ്പം ഒന്ന് കടുപ്പിച്ചാണ് അയാൾ പറഞ്ഞത്. അതിൽ കുഞ്ഞുപോൾ ചെറുതായെയാന്നു കിടുങ്ങി...ഒന്ന് വിറച്ചു.....കണ്ണുകൾ ചെറു തായൊന്നു നിറഞ്ഞു കവിഞ്ഞൊഴുകി... കാര്യം മനസ്സിലാ ക്കിയ അമ്മച്ചി അപ്പോൾ തന്നെ ആ സ്റ്റാമ്പുകൾ തേടി പിടിച്ച് ഒരു കവറിലാക്കി കുഞ്ഞുപോളിന്റെ ബാഗിൽ വെച്ചു. അന്ന് രാത്രി കുഞ്ഞുപോളിന് പനിച്ചെന്നും ഇല്ലെന്നും രണ്ടുപക്ഷമു ണ്ട്. എന്തായാലും പിറ്റേദിവസം കുഞ്ഞുപോൾ സ്കൂളി ലേക്ക് പോയത് വിങ്ങികെട്ടിയ മുഖവുമായാണ്. അതിലും വലിയ വിങ്ങികെട്ടിയ മുഖവുമായി മറ്റൊരാൾ ക്ലാസ്സ്മുറി യുടെ മുമ്പിൽ കാത്തുനിന്നിരുന്നു....കൃഷ്ണനുണ്ണി....അവന്റെ

തോളിൽ അവന്റെ ചേട്ടന്റെ ഒരു ഇരുമ്പ്മുഷ്ടിയും. കൃഷ്ണ നുണ്ണിയുടെ ഇടത്തെ കവിൾ വലതിനേക്കാൾ വീർത്തുതുടു ത്തിരുന്നോ എന്നൊരു സംശയം. ഒന്നും മിണ്ടാതെ തർക്കവി ഷയമായ സ്റ്റാമ്പുകൾ കൈമാറി. ബലരാമൻ തന്നെയാണ് അത് വാങ്ങിച്ചത്. തുറന്ന് എല്ലാം ഭദ്രമല്ലേ എന്ന് നോക്കി. കുഞ്ഞുപോളിനെ ഒന്ന് കൂടി തന്റെ തൃക്കണ്ണ് തുറന്ന് ഭസ്മ മാക്കിയ ശേഷം അവിടെ നിന്നു തിടുക്കത്തിൽ പോയി. അന്ന് മുഴുവൻ കുഞ്ഞുപോളും കൃഷ്ണനുണ്ണിയും ഒന്നും മിണ്ടിയി ല്ല. വീട്ടിൽ തിരിച്ചെത്തിയപ്പോൾ കുഞ്ഞുപോൾ പോയത് നേരെ സ്റ്റാമ്പ് കളക്ഷൻ വെച്ചിരുന്ന ആ അലമാരയിലേക്കാ യിരുന്നു. അത് തുറന്ന് നോക്കിയപ്പോൾ അവന് മനസ്സിലായി, അത് അവന് അപ്രാപ്യമായ ഏതോ പുതിയ ഉയരങ്ങളിലേക്ക് വീണ്ടും ചേക്കേറിയെന്ന്...

7. കുരങ്ങപ്പൂപ്പനും കല്യാണിയും

ഉച്ച കഴിഞ്ഞാൽ ബസാറിലെ വിളക്കുമരത്തിനു താഴെ ആകെ തിരക്കാണ്. ആളുകൾ ചുറ്റും കൂടി നിൽക്കും, കുരങ്ങപ്പൂപ്പ ന്റെയും കല്യാണി എന്ന ആൺകുരങ്ങന്റെയും കളി കാണാൻ. കല്യാണിയെ കാണാൻ തന്നെ നല്ല രസമാണ്.

പെൺകുട്ടികളുടെ പാവാടയും ബ്ലൗസുമെല്ലാമണിഞ്ഞ് കാതിൽ കടുക്കനെല്ലാം ഇട്ട് മാലയും വളയുമൊക്കെയായി ഒരു വാനരമങ്ക. ദൂരെ ഇന്ദിരാവതി പുഴയുടെ അക്കരെയുള്ള മലഞ്ചെരുവിൽ എവിടെയോ ആണ് അപ്പൂപ്പന്റെ വീട്. കല്യാണി ജനിച്ചതും അതിനടുത്തുള്ള ഒരു കാട്ടിലാണ്. ജഗദൽപൂരിലെ നിവാസികൾ ആദ്യം കണ്ട കാലം മുതൽക്കെ കല്യാണി അപ്പൂപ്പന്റെ കൂടെയുണ്ട്. ഊണും ഉറക്കവും എല്ലാം ഒരുമിച്ച് തന്നെ. അപ്പൂപ്പൻ കൈകൊണ്ട് എടുത്തു കൊടുക്കു ന്നതല്ലാതെ ഒന്നും തന്നെ കല്യാണി ഭക്ഷിച്ചിരുന്നില്ല. രാത്രി അവൻ ഉറങ്ങുന്നതും അപ്പൂപ്പന്റെ നെഞ്ചിൽ, ആ നീണ്ട വെളുത്ത താടിക്കുള്ളിൽ ശരീരം മറച്ചുകൊണ്ട്.

ഉച്ചയ്ക്ക് സ്കൂൾ വിട്ടുകഴിഞ്ഞാൽ കുട്ടികൾ ബസാറിലെ വിളക്കുമരത്തിനടുത്തേക്ക് ഓടും. അവിടെ അപ്പൂപ്പനും കല്യാണിയും കളി തുടങ്ങാനുള്ള തയ്യാറെടുപ്പിലായിരിക്കും. ആളായി കഴിഞ്ഞാൽ അപ്പൂപ്പൻ തിരശ്ശീല നീക്കി പുറത്തേക്ക് വരും, എന്നിട്ട് കല്യാണി എവിടെ എന്ന് തപ്പാൻ തുടങ്ങും. അയാൾ ഉറക്കെ വിളിക്കും.

'കല്യാണി..കല്യാണി..'

അപ്പൂപ്പൻ കുടത്തിനടിയിൽ നോക്കും, ആൾക്കൂട്ടം വിളി ച്ചുപറയും.

'കല്യാണി അവിടെയില്ല..'

അപ്പൂപ്പൻ ആളുകൾ നിൽക്കുന്നിടത്തേക്ക് വന്ന് അവ രുടെ ഇടയിൽ തപ്പും. ഉച്ചത്തിൽ എല്ലാവരും വിളിച്ചുപറയും.

'കല്യാണി ഇവിടെയുമില്ല..'

'പിന്നെ എവിടെയാണ് നീ കല്യാണി...?'

അപ്പോൾ കല്യാണി അപ്പൂപ്പന്റെ നിബിഡമായ വെൺചാ മരം പോലത്തെ വെളുത്ത താടിക്ക് പിന്നിൽ നിന്ന്, അത് രണ്ടായി വകഞ്ഞുമാറ്റി, തല മാത്രം പുറത്തേക്കിട്ട് മുഴുക്കെ പല്ലിളിച്ചു ചിരിക്കും. ജനം ആർത്തുവിളിക്കും. പക്ഷേ അപ്പോഴും അപ്പൂപ്പന് കല്യാണിയെവിടെയെന്നുമനസ്സിലാവി ല്ല. നാടകം പിന്നെയും തുടരും. ജനം ചിരിച്ചു ചിരിച്ചു ഒരു വഴിയാകുമ്പോൾ കല്യാണി ഒരൊറ്റച്ചാട്ടത്തിന് വിളക്ക് മര ത്തിനുമുകളിലെത്തും. അവിടെ നിന്ന് താഴെയെത്തുമ്പോ ഴേക്കും അപ്പൂപ്പൻ മാന്ത്രികവിദ്യകൾ ഓരോന്നായി കാണി ക്കാൻ തുടങ്ങിയിരിക്കും. കല്യാണിയാണ് അപ്പൂപ്പന്റെ സഹാ യി. ഓരോ വിദ്യ കഴിയുമ്പോഴും അടുത്തതിനുള്ള സാമഗ്രി കൾ കല്യാണി കൊണ്ടുവന്നിരിക്കും. കളി കഴിയാറാകു മ്പോൾ അപ്പൂപ്പൻ തന്റെ വലിയ തൊപ്പിയൂരി കല്യാണിയുടെ കയ്യിൽ വെച്ചു കൊടുക്കും. അവൻ പാവാടയും ബ്ലൗസും ഒക്കെയായി തൊപ്പിയും പൊക്കിപ്പിടിച്ച് നാട്ടുകാരുടെ അടു ത്തേക്ക് വരും. അവരെല്ലാവരും അതിൽ 5 പൈസയും 10 പൈസയും എല്ലാമിടും. കല്യാണി എല്ലാം പൊതിഞ്ഞുകെട്ടി അപ്പൂപ്പന്റെ അടുത്തുകൊണ്ട് ചെല്ലുമ്പോൾ കളിയവസാനി ക്കും. ഇനി അടുത്ത ദിവസം. വന്ന അദ്യ ദിനങ്ങളിൽ തന്നെ ജഗദൽപൂരിലെ നിവാസികൾക്കിടയിൽ കുരങ്ങപ്പൂപ്പനും കല്യാണിയും സംസാരവിഷയമായി.

ഒരിക്കൽ അപ്പൂപ്പന് കലശലായ പനി വന്നു. ആളുകൾ കൂടിയിട്ടും വിളക്കു മരത്തിനു താഴെ വലിച്ചുകെട്ടിയ കീറത്തു ണിക്കടിയിൽ നിന്ന അപ്പൂപ്പന് അനങ്ങാൻ കഴിയുന്നില്ല. കല്യാണി അടുത്തുതന്നെ നിൽപ്പുണ്ട്. ആളുകൾ ഓരോരു ത്തരായി കൊഴിഞ്ഞു പോകാൻ തുടങ്ങിയപ്പോൾ കല്യാണി എല്ലാവരെയും അമ്പരപ്പിച്ചുകൊണ്ട് ഓടി വന്നു.

അപ്പൂപ്പൻ കാണിക്കുന്നത് പോലെ തന്നെ ഓരോ മാന്ത്രി കവിദ്യകൾ കാണിക്കാൻ തുടങ്ങി. പരസ്പരം ബന്ധിക്കാത്ത പല വർണ്ണത്തിലുള്ള തൂവാലകൾ ചാക്കിനകത്തേക്ക് കുത്തി ത്തിരുകി. പക്ഷേ ഒരറ്റം പിടിച്ചു തിരിച്ചുവലിച്ചപ്പോൾ എല്ലാം ഒന്നിനു പുറകെ ഒന്നായി കെട്ടിയിട്ട ഒരു വലിയ കയറ് പോലെ പുറത്തേക്ക് വന്നു. ജനം ആർത്തു വിളിച്ചു. കല്യാണി മകുടി ഊതുന്നത് പോലെ കാണിച്ചപ്പോൾ പരന്ന കുട്ടക്കകത്തുനിന്ന് പാമ്പുപോലെ ഒരു കയറ് നീണ്ട് നീണ്ട് മുകളിലേക്ക് പൊങ്ങി. വടി പോലെ ഉറച്ച കയറിന്മേൽ കല്യാണി നിഷ്പ്രയാസം കയറിയിറങ്ങി. തിരിച്ചു വന്ന് മകുടി പിന്നെയും കയ്യിലെടുത്ത് ഊതാൻ തുടങ്ങിയപ്പോൾ കയറ് പതുക്കെ പതുക്കെ ഇഴഞ്ഞിഴഞ്ഞ് കുട്ടയിലേക്ക് തിരിച്ചു കയ റി. മാന്ത്രിക വിദ്യകൾ അറിയാവുന്ന കല്യാണി എന്ന കുര ങ്ങൻ. അറിഞ്ഞവർ അറിഞ്ഞവർ ജഗദൽപൂരിലേക്ക് ഓടിക്കൂ ടി. പിന്നീട് അപ്പൂപ്പന് ഒന്നും ചെയ്യേണ്ടതായി വന്നിട്ടില്ല. തുട ക്കത്തിലേയുള്ള കല്യാണിയെ തപ്പുന്ന നാടകം കഴിഞ്ഞാൽ പിന്നെ എല്ലാം കല്യാണി നോക്കിക്കൊള്ളും. പുതുതായി അപ്പൂപ്പൻ പഠിപ്പിച്ച വിദ്യകളും കല്യാണി ഭംഗിയായി ചെയ്തു. വരുന്നവർ കല്യാണിക്കു സമ്മാനമായി പല പഴ ങ്ങളും കൊണ്ടുവന്നിരുന്നു. കല്യാണി എല്ലാം പൊതിഞ്ഞു കെട്ടും. അപ്പൂപ്പൻ എടുത്തുകൊടുക്കുന്നതല്ലാതെ കല്യാണി ഒന്നും കഴിച്ചിരുന്നില്ല.

അങ്ങനെ മാസങ്ങൾ കഴിഞ്ഞു. അപ്പൂപ്പനും തീരെ വയ്യാ തെയായിരകൊണ്ടിരിക്കുകയായിരുനന്നു. വിളക്കുമരത്തിനു ചുറ്റും വടിയും കുത്തിപിടിച്ചു അയാൾ പതുക്കെ പതുക്കെ നടക്കും. കുറച്ചു കൂടി കഴിഞ്ഞപ്പോൾ അതിനും വയ്യാതെയാ യി. ഇടയ്ക്കിടയ്ക്ക് പനി വരും. മുട്ടിലെല്ലാം നീര് വരും.

അപ്പോഴൊക്കെ കല്യാണി തന്നെ അടുത്തുള്ള കടയിൽ പോയി അപ്പൂപ്പനുള്ള ചായയും ബണ്ണും എല്ലാം വാങ്ങി കൊണ്ടു വരും. നെറ്റിയിൽ നനഞ്ഞ തുണി വിരിച്ചിടും. ആ ദിവസങ്ങളിൽ കല്യാണി വേഗത്തിൽ കളി അവസാനിപ്പി ക്കും. എന്നിട്ട് തിടുക്കത്തിൽ അപ്പൂപ്പനടുത്തു വന്നിരിക്കും. അയാൾ പതുക്കെ എഴുന്നേറ്റ് അവനെ മടയിലിരുത്തി തലോ ടും.

ഒരു ദിവസം കുറച്ചകലെയുള്ള ബസ്തർ പട്ടണത്തിൽ നിന്ന് ഒരാൾ കുരങ്ങപ്പൂപ്പന്റെയും കല്യാണിയുടെയും കളി കാണാൻ വന്നു. വടിവൊത്ത പാൻസും ഷർട്ടും ധരിച്ച ഒരാൾ. കളി കഴിയുന്നത് ഇമവെട്ടാതെ അയാൾ കല്യാണിയെ തന്നെ വീക്ഷിച്ചുകൊണ്ടിരുന്നു. എല്ലാവരും പോയി കഴിഞ്ഞപ്പോൾ അയാൾ അപ്പൂപ്പന്റെ അടുത്തേക്ക് വന്നു. എന്നിട്ട് സ്വയം പരി ചയപ്പെടുത്തി.

'ഞാൻ രഘുറാം, ബസ്തറിൽ നിന്നു വരുന്നു. അവിടെ ഒരു മാസമായി തമ്പടിച്ചിരിക്കുന്ന റഷ്യൻ സർക്കസിനെക്കു റിച്ച് കേട്ടിരിക്കും...... ഞങ്ങളുടെ മാനേജർ കല്യാണിയെ കുറിച്ച് അറിഞ്ഞപ്പോൾ എന്നെ പറഞ്ഞയച്ചതാണ്...നല്ല വില തരാം . പിന്നെ നിങ്ങൾക്ക് ഇനി അധികകാലം...'

അപ്പൂപ്പൻ കൈപൊക്കി അയാളോട് നിർത്താൻ ആംഗ്യം കാണിച്ചു. പതുക്കെ എഴുന്നേറ്റിരുന്നു. എന്നിട്ടയാളുടെ കണ്ണു കളിലേക്ക് സൂക്ഷ്മമായി നോക്കി. അതിഥി പിന്നെയും എന്തോ പറയാൻ തുടങ്ങിയപ്പോൾ പ്രായത്തെ വെല്ലുന്ന വേഗതയിൽ തന്റെ വടി അയാൾക്ക് നേരെ വീശി...ഉന്നം തെറ്റിയില്ല.

വന്ന അതിഥി തിരിച്ചു കാറിൽ കയറിയത് തലയും കവിളും ഉഴിഞ്ഞുകൊണ്ടാണ്. പോയത് റഷ്യൻ സർക്ക

സിന്റെ മാനേജരെ കാണാൻ. അവിടെനിന്നും ഉടനെ തന്നെ അയാൾ കാറിൽ ബസ്തറിലെ സിവിൽ സ്റ്റേഷനിലേക്ക് പുറ പ്പെട്ടു. അവിടെ ഉറങ്ങിക്കിടന്ന മൃഗസംരക്ഷണ വകുപ്പ് ഉദ്യോ ഗസ്ഥനെ എഴുന്നേൽപ്പിച്ച് മാനേജർ തന്നയച്ച നോട്ടുകൾ അടങ്ങിയ കവർ കൈമാറി. ഇറങ്ങുമ്പോൾ അയാൾ തിരിഞ്ഞു നിന്ന് ഒരിക്കൽ കൂടി ഓർമ്മിപ്പിച്ചു.

'ആ കുരങ്ങിനു മുറിവോ ചതവോ ഒന്നും സംഭവിക്കരു ത്.'

പിറ്റേദിവസത്തെ കളിക്കിടയിലാണ് മൃഗസംരക്ഷണ വകുപ്പിന്റെ വണ്ടി എത്തിയത്. ഉദ്യോഗസ്ഥന്റെ കൂടെ ട്രൗസർ മാത്രം ഇട്ടിരുന്ന രണ്ടു തടയിന്മാരും ഉണ്ടായിരുന്നു. എല്ലാ വരും കേൾക്കെ അയാൾ ഉറക്കെ കയ്യിലിരിക്കുന്ന കടലാസ് വായിക്കാൻ തുടങ്ങി.

'ഈ കുരങ്ങിന് , അതിനെ അന്യായമായി പാർപ്പിച്ചുകൊ ണ്ടിരിക്കുന്ന ഈ വ്യക്തിയിൽ നിന്നും നേരിടേണ്ടി വരുന്ന പീഡനങ്ങളും ചൂഷണങ്ങളും ഞങ്ങൾക്ക് അറിവുള്ള തായിരിക്കുന്നതിനാൽ 1960 ലെ മൃഗസംരക്ഷണ നിയമപ്ര കാരം കുരങ്ങിനെ......'

കല്യാണിയെ വലയിട്ടാണ് ആ തടിയന്മാർ പിടിച്ചത്. അവളുടെ ഉച്ചത്തിലുള്ള കരച്ചിലും അപ്പൂപ്പന്റെ ശ്രമങ്ങളും എല്ലാം തന്നെ ജഗദൽപൂരിലെ ആബാലവൃദ്ധം ജനങ്ങളു ടെയും കരളലിയിച്ചു. അപ്പൂപ്പൻ കുറേനേരം വണ്ടിയുടെ പിറകെ ഓടി. തളർന്നു വഴിയരികിൽ മുഖമിടിച്ചു വീഴു മ്പോഴും അയാൾ പറഞ്ഞുകൊണ്ടിരുന്നു, 'കല്യാണി...കല്യാ ണി...'

ബസ്തറിലേക്കുള്ള പാതിവഴിയിൽ വെച്ച് ആ വണ്ടി നിയന്ത്രണം വിട്ടു മറിഞ്ഞു എന്നാണ് പിന്നീട് അറിയാൻ കഴിഞ്ഞത്. കല്യാണിക്ക് എന്തു സംഭവിച്ചു എന്നറിയില്ല. പക്ഷേ പിന്നീട് ഒരിക്കലും അപ്പൂപ്പനെയോ കല്യാണിയെയോ ആരും കണ്ടിട്ടില്ല. ഒരിക്കൽ ബസ്തറിലേക്ക് സർക്കസ് കാണാൻ പോയി തിരിച്ചു വന്ന ചില ചെറുപ്പക്കാർ പറഞ്ഞു. കല്യാണിയെ പോലെ ഒരു കുരങ്ങൻ മാന്ത്രിക വിദ്യകൾ കാണിക്കുന്നത് അവർ കണ്ടുവെന്ന്. പക്ഷേ തീർച്ചയില്ല...

മൂന്നുദിവസം മുമ്പ് ഇന്ദിരാവതി പുഴയിൽ ബോട്ടപകടം ഉണ്ടായി. ചിലർ നിലവിളിച്ചു നീന്തിക്കയറിയത് പുഴയുടെ അക്കരെയുള്ള കാട്ടിലേക്കാണ്. തീരത്ത് അവരെ വലിച്ചു കയറ്റിയത് ഒരു വൃദ്ധനായിരുന്നുവത്രെ. മുഖത്തെ വെള്ളം തുടച്ചു കളഞ്ഞ്, കണ്ണുതിരുമ്മി നോക്കിയപ്പോൾ അവർ കണ്ടു. വൃദ്ധന്റെ വെൺചാമരം പോലെ വെളുത്ത താടിക്കുള്ളിൽ നിന്ന് വലിയ കണ്ണുകളോടെ പുറത്തേക്ക് എത്തിനോക്കുന്ന ഒരു കുരങ്ങന്റെ മുഖം.

8. One Repeat.....

ഒരു കാലഘട്ടത്തെ കുളിരണിയിച്ചിരുന്ന രണ്ടു വാക്കുകളായി രുന്നു അത്. അത് പറയാൻ വേണ്ടി കാത്തിരിക്കുമായിരുന്നു. എല്ലാ മാസവും ഏഴാം തിയ്യതിയാണ് അതിനുള്ള മുഹൂർത്തം. അന്നാണ് House Surgency യുടെ stipend വന്നിരുന്നത്. അതും കൊണ്ട് അന്ന് വൈകുന്നേരം ഞങ്ങ ളുടെ ഇടയിൽ തറവാട് എന്നറിയപ്പെടുന്ന ലൂസിയ ഹോട്ട ലിന്റെ ബാറിലേക്ക് വിടും. ഞങ്ങൾ മൂന്നു പേരുണ്ടായിരുന്നു സ്ഥിരം കുറ്റികൾ. മൂവരും കഴിച്ചിരുന്നത് ഒരേ ബ്രാൻഡ്-bacardi green ആപ്പിൾ rum...ഒരേ അളവ്-മൂന്ന് സ്മാൾ...ഒരേ ടച്ചിങ്ങ്സ് ചില്ലി ഫിഷ്. സമയമെടുത്തു പലതും സംസാരിച്ചു ഗ്ലാസ്സ് കാലിയാവുമ്പോൾ waiter നെ വിളിച്ചു

പറയും...'One repeat..' അതൊരു അനുഭൂതിയാണ്...പുതിയ ഗ്ലാസ്സിൽ 30 ml rum വരും.... waiter തന്നെ tongs ഉപയോ ഗിച്ച് രണ്ടു ഐസ് ക്യൂബ്സ് അതിലേക്കു പകരും...എന്നിട്ടു ഒരു കുപ്പി chilled സോഡ പൊട്ടിച്ചു വക്കോളം നിറയ്ക്കും. ഗ്രീൻ ആപ്പിളിന്റെ സുഗന്ധം അന്തരീക്ഷത്തിൽ നിറയും. ഒരു കഷ്ണം ചില്ലി ഫിഷ് വായിലിട്ടു അതിനെ വരെ ഉജ്ജീവിപ്പി ക്കാൻ പാകത്തിൽ ഗ്ലാസിൽ നിന്ന് ഒരു സിപ് എടുക്കും... എന്നിട്ട് പതുക്കെ തലയാട്ടി എല്ലാവരും സമ്മതിക്കും. 'ഗ്രീൻ ആപ്പിൾ ഈസ് ഗ്രീൻ ആപ്പിൾ ....Nothing beats it.....'

സിനിമയായിരുന്നു മിക്കപ്പോഴും സംസാരവിഷയം. പഴയ പാട്ടുകൾ ...ദാസേട്ടൻ, രവീന്ദ്രൻ മാഷ് എല്ലാവരും ചർച്ചക്ക് പാത്രമാവും. മൂന്ന് സ്മാൾ കഴിഞ്ഞാൽ ഇറങ്ങും... ഭക്ഷണം വേറെ സ്ഥലത്തു നിന്നാണ് കഴിച്ചിരുന്നത്. ബൈക്കിലാണ് എപ്പോഴും യാത്ര. ഇത് നമ്മുടെ ഋഷിരാജ് സിംഗ് ട്രാൻസ്പോർട്ട് കമ്മീഷണർ ആവുന്നതിനു മുൻപുള്ള കാല ഘട്ടമാണ്... അതുകൊണ്ട് ചെക്കിങ് ഒന്നും ഉണ്ടാകാറില്ല...

എല്ലാ മാസവും ഏഴാം തിയതിയിലെ ഈ സംഗമം ഒരു ചിട്ടയായിത്തന്നെ തുടർന്നു പോന്നു.....അതിനു ഒരു മാറ്റം വന്നത് പത്തു മാസങ്ങൾക്കുശേഷമാണ്...അതിനു കാരണം ഒരു അമ്മയും മകളുമാണ്....പാലക്കാട് നിന്ന് വന്ന ഒരു അമ്മയും മകളും...അവരുടെ കൂടി കഥയാണിത്.

ഒരു തണുത്ത വൃശ്ചികരാത്രിയിലാണ് അവർ വന്നത്. മെഡിക്കൽകോളേജ് ഹോസ്പിറ്റലിന്റെ പടി കടന്ന് ആംബു ലൻസ് ചീറിപ്പാഞ്ഞു വരുന്നത് കണ്ട് നഴ്സിംഗ് അസി സ്റ്റന്റ്സും അറ്റൻഡേഴ്സും ഓടി ചെന്നു. ട്രോളി ഉരുണ്ടു കാഷ്വാലിറ്റി യുടെ അകത്തേക്ക് വന്നത് ചോരയിൽ കുളിച്ച

ആ അമ്മയും മകളുമായിരുന്നു...patients നെ recieve ചെയ്ത് നേരെ minor operation തീയേറ്ററിലേക്ക് കയറ്റി. രണ്ടുപേരുടെയും ദേഹത്ത് വെട്ടേറ്റ പാടുകളായിരുന്നു....... അരിവാള് കൊണ്ടോ വാക്കത്തികൊണ്ടോ ആഴത്തിൽ വെട്ടിയ മുറിവുകൾ....എല്ലാം ഡിഫെൻസ് wounds ആണ്..........വെട്ടു തടുക്കാൻ ശ്രമിച്ചപ്പോൾ സംഭവിച്ച ത്.............ഒന്നൊഴിച്ച്, അമ്മയുടെ കഴുത്തിലുള്ള വെട്ട്.....അത് ലക്ഷ്യത്തിൽ തന്നെ കൊണ്ടിരുന്നു. രക്തം വാർന്നു പോകാ തിരിക്കാൻ ആരോ കഴുത്തിൽ വെച്ച മുണ്ട് ചുവന്നു കുതിർന്നിരുന്നു. ഇത്തരത്തിലുള്ള ഒരു patient വന്നാൽ ചെയ്യേണ്ട കാര്യങ്ങൾ എല്ലാവർക്കും സ്വായപ്തമായിരുന്നു. നഴ്സിംഗ് സ്റ്റാഫും house സർജൻസും ഉണർന്നു പ്രവർത്തിച്ചു. ഞങ്ങൾ അഞ്ചു പേരാണ് ഡ്യൂട്ടിയിൽ ഉണ്ടായി രുന്നത്. ഒരാൾ IV ലൈൻ ഇട്ടപ്പോൾ മറ്റൊരാൾ ലാബ് ടെസ്റ്റിന് വേണ്ട ബ്ലഡ് ശേഖരിച്ചു. അടുത്തയാൾ അമ്മയുടെ കഴുത്തിലെ മുറിവ് തുറന്നു inspect ചെയ്തു. ബ്ലീഡിങ് നിർത്താൻ വേണ്ട കാര്യങ്ങൾ തുടങ്ങി. വന്ന് വെറും പത്തു മിനിറ്റുകൾക്കുള്ളിൽ രണ്ടുപേരെയും മേജർ operation തീയേ റ്ററിൽ കയറ്റി. മകളുടെ മുറിവുകൾ താരതമ്യേന ചെറുതായി രുന്നു. പക്ഷെ കയ്യിൽ ഫ്രാക്ചർ ഉണ്ടായിരുന്നു. മകൾ സദാ അമ്മെ അമ്മെ എന്ന് വിളിച്ചു കരഞ്ഞുകൊണ്ടേയിരുന്നു. അമ്മയുടെ ബോധം വന്നും പൊയ്ക്കൊണ്ടുമിരുന്നു... ബോധം വന്ന നിമിഷങ്ങളിൽ അവർ ഒരു ഭ്രാന്തിയെപ്പോലെ എന്റെ മോളെവിടെ എന്ന് അലറി വിളിച്ചു ചോദിച്ചുകൊണ്ടി രുന്നു....OT യിലേക്ക് shift ചെയ്യുന്നതിനിടയിൽ അവരുടെ pulse നോക്കിക്കൊണ്ടിരുന്ന പിജി പറഞ്ഞു 'She is sinking, we have to do something quick....'

അഞ്ചു മണിക്കൂർ നീണ്ട രണ്ടു ശസ്ത്രക്രിയകൾ അടു ത്തടുത്ത തീയേറ്ററുകളിൽ....അമ്മയുടെ കഴുത്തിലെ ഞരമ്പു കൾക്കും രക്തക്കുഴലുകൾക്കും സാരമായ പരിക്കുണ്ടായിരു ന്നു. ഇടയിൽ blood ബാങ്കിൽ നിന്ന് call വന്നു... Rare AB നെഗറ്റീവ് blood ഗ്രൂപ്പ് ആണ് അമ്മയുടേത്. അവിടെ ആകെ യുള്ളത് ഒരു യൂണിറ്റ്. അത് എത്രയും പെട്ടെന്ന് വാങ്ങാനായി ഒരാൾ മുകളിൽ blood ബാങ്കിലേക്ക് പോയി. പക്ഷേ അതു കൊണ്ട് ഒന്നുമാവില്ല. ഞങ്ങളുടെ ലൂസിയ സംഘത്തിലെ ഒരാൾ അപ്പോൾ തന്നെ IMA blood ബാങ്കിലേക്ക് വിളിച്ചു. അവിടെ ആവശ്യത്തിന് blood ഉണ്ട്. അവൻ bystanders നെ തപ്പി OT യുടെ പുറത്തേക്ക് വന്നു. അവിടെ ഒരു എഴുപത് വയസ്സ് തോന്നിക്കുന്ന ഒരു വൃദ്ധ മാത്രമാണ് ഉണ്ടായിരുന്നത്. എല്ലാവരും എവിടെ എന്ന ചോദ്യത്തിന് കൈകൂപ്പി നിന്ന് ഒരു കരച്ചിൽ മാത്രമായിരുന്നു മറുപടി. patient ന്റെ ഭർത്താവ് എവിടെ എന്ന് ചോദിച്ചപ്പോൾ അവർ ഏങ്ങലടിച്ചു കരയാൻ തുടങ്ങി...ഇടയിൽ അവർ പറഞ്ഞു', 'അവൻ തന്നെയാണ് സാർ അവളെയും മകളെയും വെട്ടിയത്...അവൻ എന്റെ കൊച്ചുമോളെ പിടിക്കാൻ നോക്കിയതാണ്...അവൾ രക്ഷി ക്കാൻ വന്ന ദേഷ്യത്തിലാണ് രണ്ടുപേരെയും വെട്ടിയത്...'

സമയം രാത്രി രണ്ടു മണി. പത്തു കിലോമീറ്റർ ദൂരമുണ്ട് IMA Blood ബാങ്കിലേക്ക്. അവൻ തിരിഞ്ഞു തീയേറ്ററിനു ള്ളിലേക്ക് നോക്കി.....നിമിഷം ഒന്ന് പോലും പാഴാക്കാനില്ല. അവൻ ഉടനെ പുറത്തേക്കോടി. ബൈക്ക് എടുത്ത് ഇരുട്ടി ലേക്ക് മറഞ്ഞു. Senior Surgeons രണ്ടു പേരും രണ്ടിടത്തായി നടന്ന ശസ്ത്രക്രിയയിൽ scrub ചെയ്ത് കയറി. ഇടയിൽ Anesthetist ആരോടെന്നില്ലാതെ ചോദിച്ചു......Where is the bloody blood....? ഞാൻ മറുപടി പറഞ്ഞു. 'Blood is on its way sir....'

പ്രതീക്ഷിച്ച സമയത്ത് തന്നെ ബ്ലഡ് എത്തി. രണ്ടു പേരെയും surgical ICU വിലേക്കു shift ചെയ്തു കഴിഞ്ഞ പ്പോഴേക്കും നേരം പുലരാൻ തുടങ്ങിയിരുന്നു. പിറ്റേന്നത്തെ പത്രത്തിൽ മധ്യവയസ്കൻ ഭാര്യയെയും മകളെയും വെട്ടി കൊലപ്പെടുത്താൻ ശ്രമിച്ചതിന്റെ വാർത്ത വന്നിട്ടുണ്ടെന്ന് ആരോ പറഞ്ഞു. എന്തുകൊണ്ടോ ആരും അതിനെകുറിച്ച് സംസാരിച്ചില്ല.

ദിവസങ്ങൾ കഴിഞ്ഞു. അമ്മയും മകളും വേഗം സുഖം പ്രാപിച്ചു. വാർഡിലേക്ക് മാറ്റിയതിനു ശേഷം അതിനു മുന്നി ലൂടെ നടന്നു പോകുമ്പോൾ പോലും പതിനൊന്നു വയ സ്സുള്ള മകൾ ഫ്രാക്ചർ ഇല്ലാത്ത കൈവീശി കാണിച്ചു ചിരി ക്കും. വാർഡിനുള്ളിലേക്ക് ചെന്നാൽ ഓടി അടുത്ത് വരും... അവരുടെ കൂടെ ഉണ്ടായിരുന്ന വൃദ്ധ അവരുടെ മുത്തശ്ശി ആയിരുന്നു. അവർ സദാ കൈകൂപ്പി നിന്നു തൊഴും. IMA Blood ബാങ്കിൽ പോയി ബ്ലഡ് കൊണ്ട് വന്നവനെ കണ്ടാൽ മുത്തശ്ശി ചുറ്റുമുള്ളവരോടായി പറയും....'അദ്ദേഹമാണ് എന്റെ കുട്ടികളെ രക്ഷിച്ചത്...'

House സർജൻസിൽ ചിലർ അവർക്കു ഇടയ്ക്കു ഭക്ഷണം കൊണ്ടുവന്നു കൊടുത്തിരുന്നു എന്ന് കേട്ടു. ചിലർ മകൾക്കു വായിക്കാൻ പുസ്തകങ്ങൾ കൊടുത്തു. വീട് തൃശൂർ തന്നെയുള്ള ഒരു ലേഡി ഹൗസ് സർജൻ വീട്ടിൽ നിന്ന് അവർക്കാവശ്യമില്ലാത്ത എന്നാൽ കണ്ടാൽ പുതിയത് പോലെ തോന്നിക്കുന്ന കുറച്ചു ഡ്രസ്സും കൊണ്ടു വന്നു കൊടുത്തു. മകളോടോ അമ്മയോടോ മുത്തശ്ശിയോടോ, അവ

രുടെ അച്ഛനെ കുറിച്ച് ചോദിച്ചില്ല....അയാളെ റിമാൻഡ് ചെയ്തതായി പത്രത്തിലുണ്ടായിരുന്നു.

അങ്ങനെ അവസാനം അവരെ ഡിസ്ചാർജ് ചെയ്യാനുള്ള ദിവസം വന്നെത്തി. രാവിലെ തന്നെ ഡിസ്ചാർജ്ജും വാങ്ങി അമ്മയെ വീൽചെയറിൽ ഇരുത്തി മകളും മുത്തശ്ശിയും മെയിൻ പോർട്ടികോവിൽ ഇരിപ്പായി...അവരുടെ വീടിന ടുത്തു നിന്ന് ആരോ വണ്ടിയുമായി വരാമെന്നേറ്റിട്ടുണ്ടത്രേ. അതിലെ പോയ എല്ലാവരോടും അവർ നന്ദി പറഞ്ഞു.... ഇനി വരുമ്പോൾ അമ്മ ഉണ്ടാക്കിയ ഉണ്ണിയപ്പം കൊണ്ടുവരാമെന്നു അവൾ ഉടുപ്പ് തന്ന House സർജന് വാക്കുകൊടുത്തു.

അന്നൊരു ഏഴാം തീയതി ആയിരുന്നു. വൈകുന്നേരം നാലു മണിക്ക് തന്നെ stipend വാങ്ങിച്ചു കയ്യിൽ വച്ചിരുന്നു. എട്ടു മണി ആകുമ്പോഴേക്കും തറവാട്ടിൽ എത്താമെന്നാണ് അലിഖിത കരാർ, ആറു മണി ആയപ്പോഴേക്കും മൂവർസംഘ ത്തിലെ പ്രധാനിയുടെ ഫോൺ വന്നു...' 'എടാ ആ പേഷ്യൻ്റും മകളും മുത്തശ്ശിയുമൊന്നും ഇതുവരെ പോയിട്ടില്ല... വണ്ടിയു മായി വരാമെന്നേറ്റയാൾ പറ്റിച്ചെന്നാ തോന്നുന്നത്....' പിന്നെ ഒരു ചെറിയ നിശബ്ദതയ്ക്ക് ശേഷം അവൻ പറഞ്ഞു. 'നമുക്ക് മൂന്ന് പേർക്കും കൂടി അവരെ ചെറുതായൊന്നു സഹായിച്ചാലോ...?'

ഞാനാണ് ടാക്സി വിളിക്കാൻ പോയത്. വിലപേശി പൈസ കുറയ്ക്കാൻ ഞാൻ കഴിഞ്ഞ ആളുള്ളൂ എന്ന് പരക്കെ ഒരാക്ഷേപം അന്ന് നിലനിന്നിരുന്നു. പേഷ്യൻ്റി നെയും മകളെയും മുത്തശ്ശിയെയും കയറ്റി ടാക്സിക്കാരന് പൈസയും കൊടുത്തു വിട്ടപ്പോഴേക്കും സ്റ്റൈപ്പൻ്റിൻ്റെ സിംഹഭാഗവും തീർന്നു കിട്ടി. മൂന്ന് പേരുടെയും കയ്യിൽ

ഇനി എത്ര ബാക്കിയുണ്ടെന്നു എണ്ണി നോക്കി. തറവാട് പരി പാടി ക്യാൻസൽ ചെയ്യേണ്ടി വരും.... വിഷമമുണ്ടെങ്കിലും ഒരു നല്ല കാര്യം ചെയ്തു എന്നൊരു തോന്നൽ.... മൂവരും ഒരു ചായ കുടിക്കാൻ ഇന്ത്യൻ കോഫി ഹൗസിലേക്ക് കയറി. ചായ കുടിച്ച് കഴിഞ്ഞപ്പോൾ ഞാൻ പറഞ്ഞു.' 'അപ്പോൾ ഇന്ന് തറവാട് പരിപാടി ഇല്ലല്ലോ...'

രണ്ടു പേരും തലയാട്ടി. 'എന്നാ പോവാം....ഇനി ഇരുന്നി ട്ടെന്തിനാ....'

IMA Blood ബാങ്കിൽ പോയി ചരിത്രം സൃഷ്ടിച്ചവൻ അവസാനമായി പറഞ്ഞു.

'എടാ ഒരു minute....ഒരു കാര്യം കൂടി....'

അവൻ എന്നിട്ട് waiter ചേട്ടനെ വിളിച്ചു...എന്നിട്ട് ഒഴിഞ്ഞ ചായ ഗ്ലാസ് കാണിച്ചു ഉറക്കെ പറഞ്ഞു. 'ചേട്ടാ , One Repeat.'

9. ഒരു നാടൻ പോത്തും കാട്ടുപ ന്നിയും

ഇന്ന് രാത്രി പുട്ടും ഇറച്ചിക്കറിയും ആയിരുന്നു അത്താഴം. വിരുന്നുകാരുണ്ടെന്നു കരുതി മൂന്ന് കിലോ ബീഫും കോഴിയും കഴിഞ്ഞ ദിവസം വാങ്ങിയിരുന്നു. കൊറോണ കാലത്തെ അകലം പാലിച്ചുള്ള ഇറച്ചിക്കടയിലെ നിൽപ്പിനിട യിൽ ഏന്തി വലിഞ്ഞു ഉള്ളിലേക്കു നോക്കിയപ്പോൾ കണ്ടു..... വെട്ടിനുറുക്കിയിടുന്നതിൽ നെയ്യ് അൽപം കൂടുത ലാണ്. തിരിച്ചു വന്ന് ഇറച്ചിപൊതി അവളെ ഏൽപിച്ചു സാനി റ്റൈസർ കൊണ്ട് കൈ വൃത്തിയാക്കുന്നതിനിടയിൽ പറഞ്ഞു. 'നെയ്യ് ഇത്തിരി അധികമുണ്ട്.....കുറച്ചു നേരം കൂടുതൽ വേവിക്കേണ്ടി വരും.' ഉപദേശം ഫലവത്തായി. നെയ്യ് മുഴു വൻ ഉരുകി അതിൽ കിടന്നു വെന്ത നല്ല പെരളൻ പോത്തിറ ച്ചികറി. അതും നല്ല ആവി പറക്കുന്ന പുട്ടിന്റെ കൂടെ. കിടി ലൻ കോമ്പിനേഷൻ . ഒരിത്തിരി ഇറച്ചിയെടുത്തു നാവിൽ വെച്ചു. ഉമിനീര് നിറഞ്ഞ വായിൽ ആ സാധു ഇറച്ചിക്കഷ്ണം തുഴഞ്ഞു കയറിയത് ഒരു പഴയ ഭൂതകാലസ്മരണയിലേക്കാ

ണ്. ജോസ് ഹോട്ടല്‍. ഒരു കാലത്ത് തൃശ്ശൂരില്‍ പൊറോട്ടയും ബീഫും എന്ന് പറഞ്ഞാല്‍ ജോസ് ഹോട്ടലായിരുന്നു. മെഷീന്‍ വെച്ചായിരുന്നു പൊറോട്ടയടി. അത്യുഗ്രന്‍ ബീഫ് റോസ്റ്റും. ഒരു നൂറു പ്രാവശ്യമെങ്കിലും അവിടെ പോയി നിന്നി ട്ടുണ്ടാവും. പാര്‍സല്‍ വാങ്ങാന്‍. നല്ല വാട്ടിയ വാഴയിലയില്‍ പൊതിഞ്ഞ പൊറോട്ടയും ബീഫും. അത് വീട്ടില്‍ കൊണ്ടു വന്നു കഴിഞ്ഞാല്‍ ക്ഷണനേരം കൊണ്ട് തീരും.

കണ്ണുമിഴിച്ചിരിക്കുന്നത് കണ്ടപ്പോള്‍ അവള്‍ ചോദിച്ചു.

'എന്താ ആലോചിക്കുന്നത്.....? കറി ഇഷ്ടായില്ലേ.....?

'നല്ല ഒന്നാന്തരം. കലക്കിക്കളഞ്ഞു.'

പുഞ്ചിരിച്ചുകൊണ്ട് അവള്‍ സ്വയമൊന്ന് പൊക്കി 'അത് ഞാന്‍ ഇപ്രാവശ്യം പോള്‍ പറഞ്ഞ പോലെ ഇറച്ചി നന്നായി വേവിച്ചിട്ട് പിന്നെ കുറച്ചു സബോള വെറുതെ വഴറ്റി ഗരം മസാലയും ജിന്‍ജര്‍ ഗാര്‍ലിക് പോസ്റ്റുമിട്ട് ഇളക്കി നല്ല തിക്ക് ഗ്രാവിയാക്കി. അതോണ്ടാ ഇത്ര ടേസ്റ്റ്.'

കൊള്ളാം ഭാവിയുണ്ട്. നാളെ രാവിലത്തേക്കു ഇനി എന്താണെന്ന് ചോദിച്ചുകൊണ്ടിരിക്കെ പിള്ളേര്‍ തിക്കി തിരക്കി അടുത്തുകയറിയിരുന്നു.

'അപ്പന്‍ കുഞ്ഞിതായപ്പോ ഉള്ള കഥ പറയ്....'

'അപ്പന്‍ കഴിച്ചുകഴിഞ്ഞിട്ടു പറയാം.'

'ഇല്ല ഇപ്പോ പറയണം'.

ഒരേ വാശി . ശരി കഥയെങ്കി കഥ. സാധാരണ ചെയ്യാറു ള്ളത് പോലെ പഴയ കാല ഓര്‍മകളില്‍ പരതി നോക്കി. ഒന്നും തടയുന്നില്ല. ഒരു ഇറച്ചിക്കഷണം കൂടി വായിലിട്ടു. ഇപ്രാവശ്യം അത് തുഴഞ്ഞു തുഴഞ്ഞു പുതിയ ഒരു തീരത്തു നങ്കൂരമിട്ടു. ദേ കിടക്കണു ഒരു കാട്ടുപന്നി കഥ.

സംഭവം ഞാൻ ഒന്നിലോ രണ്ടിലോ പഠിക്കുമ്പോ ഴാണ്. ഒരു ഞായറാഴ്ച രാവിലെ വീട്ടുമുറ്റത്തു ഒരു ചാക്കു മായി ഒരു ആൾ വന്നു. കണ്ടുപരിചയമില്ലാത്ത ആൾ സ്വയം പരിചയപ്പെടുത്തി. ഞാൻ ഇത്തിരി വടക്ക് നിന്നാണ്. ആ മുമ്പിലത്തെ എൽദോസിന്റെ വീട്ടിൽ വെടിയിറച്ചി കിട്ടിയത് കൊടുക്കാൻ വന്നതാണ്. അവർ ഒരു എട്ടു കിലോ എടുത്തു. ഡോക്ടറുടെ വീട്ടിൽ കൂടി കേറി ചോദിച്ചോളൂ എന്ന് പറഞ്ഞ തുകൊണ്ട് വന്നതാണ്. നല്ല കാട്ടുപന്നിയാണ്. ഇന്നലെ രാത്രിയിൽ വെടിവെച്ചിട്ടതാണ്. അപ്പച്ചൻ സാധനം കാണട്ടെ എന്ന് പറഞ്ഞപ്പോൾ അയാൾ ചാക്ക് അഴിച്ചു. പതുക്കെ പതുക്കെ ഉള്ളിലുള്ളത് പുറത്തേക്കു വെച്ചു. നിറയെ മുള്ളു പോലെ കറുത്ത രോമമുള്ള രണ്ടു പന്നി കാലുകൾ. അതിൽ ഒന്നിൽ നല്ല പിങ്ക് നിറത്തിലുള്ള ഇറച്ചിത്തുണ്ടത്തിനിടയിൽ കറുത്തപൊടി തേച്ചുവെച്ച പോലെ ഒരു വൃത്തം. നടുവിൽ ഒരു ഓട്ടയും . വെടികൊണ്ട പാടാണ്. കറുത്തപൊടി വെടിമ രുന്നും. അയാൾ പതുക്കെ കൈയിലുള്ള കത്തികൊണ്ട് ആ ഭാഗം ചൂഴ്ന്നു മാറ്റി. 'വറുക്കാൻ ബൈസ്റ്റാണ് സാർ...' അപ്പ ച്ചൻ എത്ര കിലോ വാങ്ങിച്ചെന്നോ എത്ര രൂപ കൊടു ത്തെന്നോ ഓർമയില്ല. പക്ഷെ അമ്മച്ചി അത് ചെറിയ ചെറിയ കഷ്ണങ്ങളാക്കി ചീനച്ചട്ടിയിലിട്ടു വറുക്കുന്നത് ഓർമയുണ്ട്. അതിന്റെ രുചിയും നാവിലുണ്ട്. അതിന്റെ മുമ്പിൽ ഏതു KFC യും തോറ്റുപോവും. പറഞ്ഞു കഴിഞ്ഞപ്പോൾ പിള്ളേർക്ക് ഒന്നുകൂടി പുട്ടും കറിയും കേറ്റിയാൽ കൊള്ളാ മെന്നായി. അവൾ രണ്ടാമതും പിള്ളേർക്ക് ഭക്ഷണമെടുക്കാൻ പോയി. അവർ അവളുടെ പുറകെ അടുക്കളയിലേക്കു കയറി. തനിച്ചായ ഞാൻ ഭൂതകാലസ്മരണകളിൽ നിന്നു പതുക്കെ തിരിച്ചു തുഴഞ്ഞു കരയ്ക്കു കയറി. ക്ഷീണം മാറ്റാൻ മൂന്നാമ

തൊരു കഷ്ണം പുട്ട് കൂടി പാത്രത്തിലേക്കിട്ടു. അവളുണ്ടാ
ക്കിയ ബീഫ് കറി കൂടാതെ പണ്ട് അമ്മച്ചിയുണ്ടാക്കിയ കാട്ടു
പന്നി വറുത്തതും ഉണ്ടായിരുന്നു നാക്കിലയിലെ വിരുന്നു
കൊഴുപ്പിക്കാൻ.

10. ഇഷ്ടികവീട്

വളരെ പണ്ടാണ്. ശോഭ സിറ്റിയും മെഡിക്കൽ കോളേജിലേ ക്കുള്ള MLA റോഡും വരുന്നതിനു മുമ്പ്. അന്ന് വീടിനു പിന്നിൽ വലിയൊരു പാടശേഖരമുണ്ടായിരുന്നു. കടല് പോലെ നീണ്ടു നിവർന്നു കിടന്നു അത്. കിഴക്ക് പുഴയ്ക്കല് പാടം മുതൽ പടിഞ്ഞാറു കോവിലകം പാടം വരെ....കണ്ണെ ത്താത്ത ദൂരത്തോളം. അകലെ വയലിന്റെ അങ്ങേപുറത്തു അമ്പലങ്ങളുണ്ടത്രേ. അവിടെ ഒരിക്കൽ ഒരു ഉത്സവത്തിനു ആന ഇടഞ്ഞു. ഓടിയത് നേരെ പാടത്തേക്കും. കൊയ്ത്തു കഴിഞ്ഞു കിടക്കുകയാണ്. ഞാൻ അന്ന് തീരെ ചെറുതാണ്.... ഒന്നോ രണ്ടോ വയസ്സ്.....എല്ലാം അമ്മച്ചി പറഞ്ഞ ഓർമയാ ണ്. ആന നിൽക്കുന്നിടത്തു നിന്നു ഇനിയും ഒരുപാടു ദൂര മുണ്ട് നമ്മുടെ വീട്ടിലേക്ക്. ആരോ പുറത്തു നിന്ന് വിളിച്ചു പറഞ്ഞത് കേട്ടു അമ്മച്ചി എന്നെയും കൊണ്ട് ടെറസിലേക്ക്

ഓടി കയറി. കൊമ്പൻ പാടത്തു അങ്ങോട്ടും ഇങ്ങോട്ടും ഓടി അരിശം തീർക്കുകയാണ്......മറ്റു വീടുകളൊന്നും അന്നില്ല.... നമ്മുടെ വീട് അവനു കലി തീർക്കാൻ പറ്റിയ ഒരു കളിപ്പാട്ട മാണെന്ന് തോന്നിക്കാണണം....അവൻ ദിശയൊന്നു മാറ്റി നേരെ ഞങ്ങളെ ലക്ഷ്യമാക്കു ഓട്ടം തുടങ്ങി.....എത്ര ദൂരം കൂടി ഉണ്ടായിരുന്നു എന്നറിയില്ല....തൃശ്ശൂരെ പേർ കേട്ട ഒരു വെറ്ററിനറി സർജന്റെ മയക്കു വെടി കൊണ്ട് ആടി ആടി കൊമ്പൻ വീണു....

ആറോ ഏഴോ വയസ്സുള്ളപ്പോൾ മുതൽ വൈകുന്നേരങ്ങ ളിൽ വെയിലാറുമ്പോൾ ചിലപ്പോൾ അപ്പച്ചൻ നടക്കാൻ വിളി ക്കും.....വീടിനോടു ചേർന്നുള്ള ഇടവഴിയിലൂടെ നടന്നാൽ നേരെ ഇറങ്ങുന്നത് പാടവരമ്പത്തേക്കാണ്. കഷ്ടിച്ച് ഒരു അടി വീതിയുള്ള വരമ്പ്. അപ്പച്ചൻ മുന്നിലായി ഒരു വടിയും പിടിച്ചു നടക്കും. പാമ്പുകളെങ്ങാനും സലാം പറയാൻ വന്നാ ലോ. രണ്ടു വശവും നെല്ല് വിളഞ്ഞു കിടക്കുകയാവും. ഒരു രണ്ടു മൂന്ന് കതിരെല്ലാം പറിച്ചു വാരിയെറിയും. എപ്പോഴും ഒരു ഇളം കാറ്റുണ്ടാവും. കാറ്റിന്റെ ഈണത്തിൽ കതിരും വൈക്കോലും ഉരുമ്മി ഒരു ശബ്ദം വരും. പറഞ്ഞറിയിക്കാനാ വില്ല ആ സ്വരം. വിളഞ്ഞു കിടക്കുന്ന പാടങ്ങളിലൂടെ നടന്ന വർക്കിതു മനസ്സിലാവും. ചിലപ്പോൾ തത്തകൾ കതിർ കൊത്തി തിന്നാൻ വരും. സ്വർണ നിറത്തിലുള്ള നെൽക്കതി രുകൾക്കിടയിലൂടെ പച്ച തൂവലുകളും ചുവന്ന ചുണ്ടുകളും പാറി നടക്കും.

ആ ഇഷ്ടിക വീട് അങ്ങനെയാണ് ആദ്യമായി അടുത്തു കാണുന്നത്. ഒരുപാട് പ്രാവശ്യം നമ്മുടെ വീടിന്റെ പിന്നി ലുള്ള ജനലിലൂടെ നോക്കുമ്പോൾ കണ്ടിട്ടുണ്ട്. അകലെ ഒരു

ചെറിയ മണ്ണുകട്ട പോലെ പാടത്തിന്റെ ഒത്ത നടുക്ക്. ഇഷ്ടിക മാത്രം വെച്ച് ഒരു ഒറ്റമുറി വീട്. അടുത്തെങ്ങും വേറൊന്നും തന്നെയില്ല. ഒരു പൊട്ടക്കിണർ ഒഴിച്ച്. പേടിയാ യിരുന്നു ഇതിനെകുറിച്ചാലോചിക്കുമ്പോൾ, അപ്പച്ചനു മൊത്തു പോവുമ്പോൾ ഒരു ദിവസം ധൈര്യം അവലംബിച്ച് മതിലിലെ ഒരു ചെറിയ ഓട്ടയിലൂടെ കണ്ണിട്ടു നോക്കി. കൂരാ കൂരിരുട്ട്.

എന്റെ കളികൂട്ടുകാരുടെ ഇടയിൽ അന്ന് സ്ഥിരം സംസാ രവിഷയമായിരുന്നു ഈ ഇഷ്ടികവീട്. അന്നത്തെ എന്റെ ഗുരുവും വഴികാട്ടിയുമായിരുന്നു അപ്പുറത്തെ വീട്ടിലെ ജിക്കു. എന്നെക്കാൾ രണ്ടുവയസ്സ് മൂപ്പു വരും. അവന്റെ നിഗമനങ്ങൾ തെറ്റാറില്ല. വീരപ്പനെ ആർക്കും പിടിക്കാൻ പറ്റാത്തത് കാട്ടിലെ മൃഗങ്ങളെ വീരപ്പൻ കരാട്ടെ പഠിപ്പിച്ചു കാവൽ നിർത്തിയിരിക്കുന്നത് കൊണ്ടാണെന്ന ലോകത്തിലെ വെറും രണ്ടോ മൂന്നോ പേർക്ക് മാത്രം അറിയാവുന്ന രഗസ്യം ഞങ്ങ ളുമായി പങ്കുവച്ചത് അവനാണ്. പോരാത്തതിന് അവന്റെ അച്ഛൻ സ്ഥലം MLA യും.

ജിക്കുവാണ് ഇഷ്ടികവീടിന്റെ പൊരുൾ പറഞ്ഞു തന്ന ത്. പാടത്തിന്റെ അങ്ങേപ്പറത്തെ അമ്പലത്തിൽ പണ്ട് ഒരുപാട് ബാധ ഒഴിപ്പിക്കൽ നടന്നിരുന്നു. ഒഴിഞ്ഞു പോകുന്ന ചാത്ത ന്മാർ വന്നു താമസിക്കുന്ന സ്ഥലമായിരുന്നു അത്. ആ പൊട്ട കിണറ്റിലുമുണ്ടായിരുന്നു കുറേ ചാത്തന്മാർ. ഇപ്പോഴും ചില രാത്രികളിൽ ആ ഇഷ്ടികവീട്ടിൽ ഒരു അരണ്ട വെളിച്ചം കാണാം... ചാത്തന്മാർ തൊരപ്പനെ ചുട്ടുതിന്നുന്നതാണത്രെ. അതുകൊണ്ട് തന്നെ രാത്രിയിൽ ആരും പാടം മുറിച്ചു കട

ക്കാറില്ല. ചാത്തന്മാർ തൊരപ്പനെ കിട്ടാതെ നിൽക്കുകയാണെ ങ്കിലോ.

കുറച്ചൊന്നുമല്ല പേടിച്ചത്. രാത്രിയിൽ ചിലപ്പോൾ പിറ കിലെ ജനലലിലൂടെ നോക്കും....പാടത്തിന്റെ ഒത്ത നടുക്ക് അരണ്ട വെളിച്ചം തെളിയുന്നുണ്ടോ എന്നറിയാൻ....മൂന്നു സെക്കൻഡിൽ കൂടുതൽ നോക്കില്ല...കണ്ണ് വലിക്കും...അ ത്രക്കു പേടിയായിരുന്നു. രാത്രിയിൽ ഉറങ്ങാൻ കിടക്കു മ്പോൾ ഇഷ്ടികവീട് ഓർമ വരും. എങ്ങാനും അവിടെ ഒറ്റയ്ക്ക് അകപ്പെട്ടാലോ...ഹോ ആലോചിക്കാനെ വയ്യ.

അങ്ങനെയിരിക്കെ ഒരു രാത്രിയിലാണ് നാടിനെ നടു ക്കിയ സംഭവമുണ്ടായത്. ജിക്കുവിന്റെയും എന്റെയും വീടിനു മുന്നിലെ Transformer ഒരു ലോറി വന്നു ഇടിച്ചു നിലം പരി ശാക്കി. ഒരു ബദാം മരം ഉണ്ടായിരുന്നത് കൊണ്ട് Transformer അതിൽ തങ്ങി ഞങ്ങളുടെ വീട്ടിലേക്കു വീഴാതെ നിന്നു. ലോറി നിർത്താതെ ഓടിച്ചു പോയി. അടുത്ത ഒരാഴ്ചത്തേക്ക് പിന്നെ കറന്റ് ഉണ്ടായിരുന്നില്ല....എ ല്ലാവർക്കും അറിയേണ്ടത് ഒന്ന് മാത്രമായിരുന്നു.....ഇത് ചെയ്തവനെ കിട്ടിയോ...ജിക്കുവിന്റെ അച്ഛൻ സ്ഥലം എം. എൽ.എ ആയിരുന്നത് കൊണ്ട് അവർക്കിത് Prestige issue ആയിരുന്നു....പോലീസ് തലങ്ങും വിലങ്ങും ഓടി.....പാണ്ടി ലോറി ആണെന്ന് മാത്രം മനസിലായി.......

സംഭവം നടന്നു നാലാം ദിവസം കഴിഞ്ഞപ്പോൾ ജിക്കു എന്നോട് രഹസ്യ സങ്കേതത്തിലേക്കു വരാൻ ആവശ്യപ്പെട്ടു. എന്തോ പ്രധാനപ്പെട്ട കാര്യമുണ്ട്. അവന്റെ വീടിന്റെ ടെറസ്സ് ആയിരുന്നു ആ രഹസ്യസങ്കേതം. അങ്ങോട്ട് പോവാൻ വീടിന് ഉള്ളിലൂടെ stairs ഇല്ല. പുറത്തൂടെ കോണി വെച്ചു

കയറണം. പല സുപ്രധാനവിവരങ്ങളും കൈമാറിയിരുന്നത് ഇവിടെ വെച്ചായിരുന്നു. മുഖവുരയില്ലാതെ അവൻ കാര്യം പറഞ്ഞു. ലോറി ഡ്രൈവർ ഇഷ്ടികവീട്ടിലുണ്ട്. ഇഷ്ടിക വീട്ടിലോ...ഞാൻ ശ്വാസം അടക്കി പിടിച്ചു നിന്നു. പോലീസ് എന്താ അപ്പോ പിടിക്കാത്തത്. അവന്റെ മുഖം കൂടുതൽ ഗൗര വമുള്ളതായി. പോലീസ് അവിടെ രണ്ടു തവണ പോയി. ഒരി ക്കൽ അവൻ ഇഷ്ടികവീട്ടിലേക്കു ഓടി കയറുന്നതു കണ്ട് അവർ പിന്നാലെ ചെന്നതാണ്. പക്ഷെ ഉള്ളിൽ അവന്റെ പൊടിപൊലും കാണാനില്ല. അവരാ സ്ഥലം മുഴുവൻ അരി ച്ചുപെറുക്കി.........

അതെങ്ങനെ സംഭവിച്ചു എന്ന് എല്ലാവരും തലപുക ഞ്ഞാലോചിച്ചു. അവസാനം ജിക്കു പറഞ്ഞു.....ഇഷ്ടികവീടി നുള്ളിൽ അയാൾ അപ്രത്യക്ഷനായെങ്കിൽ അതിനു ഒരു വഴിയേ ഉള്ളൂ....ഇഷ്ടികവീടിനു ഭൂഗർഭ അറകളുണ്ടായിരിക്ക ണം....പണ്ട് ചാത്തന്മാർ ദുർമന്ത്രവാദികളിൽ നിന്നു രക്ഷപ്പെ ടാൻ ഉണ്ടാക്കിയത്. അതിൽ ഒന്നിൽ അയാൾ ഒളിച്ചിരിക്കുക യാവും. ജിക്കുവിന്റെ ബുദ്ധിശക്തി ഞങ്ങളെ അതിശയിപ്പിച്ചു.

പക്ഷെ അവൻ അതിനുശേഷം പറഞ്ഞത് അക്ഷരാർത്ഥ ത്തിൽ ഞങ്ങളെ ഞെട്ടിച്ചു കളഞ്ഞു. ഭൂഗർഭ അറകളെ കുറി ച്ചറിയാവുന്നതു നമുക്കു മാത്രമാണ്. അവനെ നാം തന്നെ പിടിച്ചു പോലീസിൽ ഏൽപ്പിക്കണം. ചങ്കൂറ്റത്തിന്റെ തത്സ്വരൂ പമായിരുന്നു അവനപ്പോൾ. ഞങ്ങൾ നാലു പേരുണ്ടായിരു ന്നു. അവനെ കീഴ്പ്പെടുത്താൻ ആവശ്യമായതെല്ലാം സംഘ ടിപ്പിക്കാൻ ജിക്കു പദ്ധതിയിട്ടു. ആയുധങ്ങളായിരുന്നു അതിൽ പ്രധാനം. എന്റെ കയ്യിൽ രണ്ടു കാബേൽറ്റ് ഉണ്ടായി രുന്നു...നല്ല ഉരുളൻ കല്ലുകൾ ശേഖരിക്കണം....വേറൊരു

ത്തൻ അമ്പും വില്ലും....മറ്റവൻ ഒറിജിനൽ എന്ന് തോന്നിക്കാ വുന്ന ഒരു തോക്ക് കൊണ്ടുവരാമെന്നു ഏറ്റു.....ജിക്കു കള്ളനെ അടിച്ചു കീഴ്പ്പെടുത്താനായി Cricket Stump... കീഴ്പ്പെടുത്തി കഴിഞ്ഞാൽ കെട്ടാനുള്ള കയർ...എല്ലാം തയ്യാ റാക്കി...എല്ലാത്തിനും കൂടി പ്ലാനിങ്ങിനായി രഹസ്യ കേന്ദ്ര ത്തിൽ രണ്ടു മൂന്നു മീറ്റിങ് വേണ്ടി വന്നു. നാളെ വൈകു ന്നേരം അഞ്ചു മണിക്കാണ് ഓപ്പറേഷൻ. അതിനു ഒരു പേരു മിട്ടു ' Operation Transformer'. ആയുധങ്ങളെല്ലാം ഒരു സ്ഥലത്തു ഒളിപ്പിച്ചു വെച്ചു. പിറ്റേ ദിവസം കൃത്യം ഒരു മണി ക്കൂർ മുമ്പ് രഹസ്യ സങ്കേതത്തിൽ ഒത്തുചേരാമെന്ന് ഏറ്റു. ആക്രമണത്തിന്റെ പ്ലാൻ പിഴവുറ്റതായിരിക്കണം.

രാത്രിയായെപ്പോഴേക്കും പിരിമുറുക്കവും ആവേശവും അലതല്ലി. നടക്കാൻ പോകുന്ന സംഭവങ്ങളെ കുറിച്ചോർത്തു കോരിത്തരിച്ചു. നാളെ ഈ സമയം ആകുമ്പോഴേക്കും നാട് മുഴുവൻ അറിയപ്പെടുന്ന കള്ളനെ പിടികൂടിയ സംഘത്തിലെ അംഗമായിരിക്കും താൻ. പത്രത്തിൽ ഫോട്ടോ , സ്കൂളിൽ പ്രത്യേക അനുമോദന ചടങ്ങ്, നാട്ടിൽ വരവേൽപ്പ്...ആലോ ചിക്കുംതോറും ഇരിക്കപ്പൊറുതിയില്ലാതായി.

ഒറ്റക്കിരുന്നു ദിവാസ്വപ്നം കാണുന്ന എന്നെ കണ്ടപ്പോൾ അമ്മച്ചി ചോദിച്ചു....

'എന്താ പോളെ....ഇത്ര ആലോചിക്കാൻ...?'

'അമ്മച്ചിയോടു ഒരു സ്വകാര്യം പറഞ്ഞാൽ ആരോടെ ങ്കിലും പറയോ.....?'

'ഇല്ല...എന്താ കാര്യം...?'

'നാളെ ഞങ്ങൾ ഒരു operation ഒക്കെ നടത്തുന്നുണ്ട്...'

'എന്ന് വെച്ചാ...?

'ആ കള്ളനെ പിടിക്കാൻ ഞാനും ജിക്കുവും ബാക്കിയു ള്ളോരും കൂടെ ആ ഇഷ്ടിക വീടില്ലേ. അതിന്റെ underground അറയിൽ പോയി.....അമ്മച്ചിയുടെ മുഖമെന്താ ഇങ്ങനെ ചുവക്കുന്നത്....'

പറഞ്ഞു മുഴുവിപ്പിക്കാൻ വിട്ടില്ല...അമ്മച്ചി കൈ രണ്ടും ചേർത്തങ്ങു പിടിച്ചു...എന്നിട്ട് അപ്പച്ചനെ ഒരൊറ്റ വിളി...

"Joy...ദേ കേട്ടില്ലേ ഇവൻ പറയണത്....?'

പിന്നെ അധികനേരം വേണ്ടി വന്നില്ല ജിക്കുവിന്റെയും എൽദോസിന്റെയും ജിബുവിന്റെയും വീട്ടിൽ വിവരമെത്താൻ. എല്ലാവരും നല്ല സ്പോർട്സ്മാൻ സ്പിരിറ്റോട് കൂടിയാണ് വാർത്തയെ എതിരേറ്റത്. ആരും ഒരുമിച്ചു ബഹളം വച്ചില്ല. ഒരു വീട്ടിലെ ആട്ടകലാശം കെട്ടടങ്ങിയതിനു ശേഷമാണ് അടുത്ത വീട്ടിൽ തുടങ്ങിയത്.

പിറ്റേന്നത്തെ പ്രഭാതം പൊട്ടിവിടർന്നത് ആ വാർത്തയു മായാണ്. കള്ളനെ പോലീസ് തമിഴ്നാട്ടിൽ നിന്നും പിടികൂ ടി. ലോറി ഇടിച്ച അപ്പോൾ തന്നെ അയാൾ ഇറങ്ങി ഓടി. കഴിഞ്ഞ പത്തുദിവസമായി തമിഴ്നാട്ടിൽ ഉണ്ടെന്നറിഞ്ഞാണ് പോലീസ് വിദഗ്ധമായി കള്ളനെ പിടിച്ചത്.

രഹസ്യസഹകേതത്തിൽ മീറ്റിംഗ് വിളിക്കാൻ അന്ന് എൽദോസ് ആണ് മുൻകൈ എടുത്തത്. എല്ലാവരും വന്നു ചേർന്നപ്പോൾ അവൻ പറഞ്ഞു.

'ഇഷ്ടികവീട്ടിൽ കള്ളൻ ഉണ്ടായിരുന്നാലും ഇല്ലെങ്കിലും ശരി.....ഇനി ഒരു ഓപ്പറേഷൻ പ്ലാൻ ചെയ്യുമ്പോൾ ഈ പോളിനെ കൂട്ടുന്ന പരിപാടി ഇല്ല...'

എല്ലാവരും അത് ശരിവെച്ചു. ഞാൻ മാത്രം പകൽ ആകാ ശത്തു നക്ഷത്രങ്ങൾ കാണാത്തതെന്താണെന്ന് മുകളിലേക്കു നോക്കി ചിന്തിച്ചുകൊണ്ടിരുന്നു. പിരിയുമ്പോൾ ജിക്കു പതുക്കെ എന്നെ മാറ്റിനിർത്തി സ്വകാര്യം പറഞ്ഞു....

'നീ ഇന്നലെ വീട്ടിൽ പറഞ്ഞത് നന്നായി...'

'ങേ...അതെന്താ...?'

'ഞാനും ഇരിക്കപ്പൊറിതിയില്ലാതെ എന്റെ വീട്ടിൽ അമ്മ യോട് പറഞ്ഞു. എന്റമ്മ നിന്റെ വീട്ടിലേക്ക് ഫോൺ ചെയ്യാൻ തുടങ്ങുമ്പോഴാണ് അവിടുന്ന് ഇങ്ങോട്ട് ഫോൺ വന്നത്...'

ദൈവമാണ് ഈ കാനന പാത ഉണ്ടാക്കിയത്. മനുഷ്യനു വേണ്ടി . ആറു ദിവസമെടുത്തു ഈ വഴി വെട്ടിയെടുക്കാൻ. മനുഷ്യൻ നടക്കുമ്പോൾ കാലുതെറ്റിവീഴാതിരിക്കാൻ അഗ്രം ഉരഞ്ഞുകളഞ്ഞ മിനുസമുള്ള കല്ലുകളാണ് അതിൽ പാകിയ ത്. അവൻ നടന്നു ക്ഷീണിച്ചാൽ കുടിക്കാൻ അതിലേക്കു അവിടുന്ന് ഉറവകൾ വരുത്തിച്ചു. വിശന്നാൽ ഭക്ഷിക്കാൻ നല്ല

പഴങ്ങളുള്ള ചെടികൾ. തണൽ മരങ്ങൾ. രാത്രിയിൽ വഴികാ
ണിക്കാൻ തിളങ്ങുന്ന വെള്ളാരംകല്ലുകൾ.

മനുഷ്യൻ ഇവിടെയെത്തുന്നതിനു മുൻപേ ചെകുത്താൻ
ഈ വഴി കണ്ടുപിടിച്ചു. അവൻ ആ വെള്ളാരംകല്ലുകൾ
തൂക്കിയെടുത്തു വീശിയെറിഞ്ഞു. വഴിയിൽ ക്ഷുദ്രജീവിക
ളായ സർപ്പത്തെയും തേളിനെയും വിന്യസിച്ചു. കാണാൻ
ഭംഗിയുള്ള എന്നാൽ ഉഗ്രവിഷമുള്ള പഴചെടികൾ നട്ടു. ഉറവ
യിലെ വെള്ളത്തിൽ മൃഗങ്ങളുടെ അഴിഞ്ഞ ശവങ്ങൾ
കൊണ്ടിട്ടു ജലം മലിനമാക്കി. നിലത്തുപാകിയ കല്ലിന്മേൽ
അവൻ എണ്ണയൊഴിച്ചിട്ടു.

ഇതൊന്നുമറിയാതെയാണ് മനുഷ്യൻ സ്വർഗത്തിലേ
ക്കുള്ള വഴിയിൽ നടക്കാൻ തുടങ്ങിയത്. വഴിയിൽ കാത്തി
രുന്ന ആപത്തുകൾ ഓരോന്നോരോന്നായി അവനെ തേടിയെ
ത്തി. നേരമേറെയായിട്ടും മനുഷ്യനെ കാണാതിരുന്നതിനാൽ
ദൈവം തിരിച്ചു നടക്കാൻ തുടങ്ങി. വഴിയിൽ ചെളിയിൽ മുഖ
മിടിച്ചു ചോരവാർന്ന് കിടക്കുന്ന മനുഷ്യനെയാണ് ദൈവം
കണ്ടത്. അവിടുന്ന് അവനെ പൊക്കിയെടുത്തു മടിയിൽ കിട
ത്തി. മുറിവുകൾ ഏറെയുണ്ട്. അവിടുന്ന് ചുറ്റിലും നോക്കി.
താൻ നിർമിച്ച വഴിയിൽ ചെകുത്താൻ കെണികൾ വെച്ചത്
കണ്ടു. അവിടുന്നു മനുഷ്യനെ തോളിലേറ്റി നടക്കാൻ തുട
ങ്ങി. ക്ഷുദ്രജീവികൾ ദൈവത്തിന്റെ കാലുകളിലും പാഞ്ഞു
വന്നു കൊത്തി. അവിടുന്ന അതെല്ലാം തട്ടിമാറ്റി മനുഷ്യ
നെയും കൊണ്ട് നടന്നു.

സ്വർഗത്തിലെത്തിയപ്പോഴേക്കും മനുഷ്യൻ കണ്ണുകൾ
തുറന്നു. അവിടുന്നു അവനെ മാലാഖമാരെ ഏൽപ്പിച്ചു
തിരിഞ്ഞു നിന്നു താൻ നിർമിച്ചവഴിയിൽ ചെകുത്താൻ

വൈകൃതങ്ങൾ കാണിച്ചത് കണ്ടു. അവിടുത്തെ മകനും അവിടുത്തെ അരികിലുണ്ടായിരുന്നു. വഴിക്ക് സംഭവിച്ചത് മകനും കണ്ടു. മകൻ പറഞ്ഞു.

'ഞാൻ പോകാം പിതാവേ...'

ദൈവം മകനെ സ്നേഹത്തോടെ നോക്കി. മനുഷ്യന്റെ മുറിവുകൾ അപ്പോൾ മാലാഖമാർ വെച്ചുകെട്ടുകയായിരുന്നു. അവന് ഏറെ പരിക്കുകളുണ്ട്. ഇനിയും ഒരുപാട് പേർ ഈ വഴിയിൽ സഞ്ചരിച്ചുവരേണ്ടതാണ്. വഴി ഇപ്പോൾ സഞ്ചാര യോഗ്യമല്ല. അതിനെ സഞ്ചാരയോഗ്യമാക്കേണ്ടതുണ്ട്.

ദൈവം മകനെ ചേർത്തു നിർത്തി അവന്റെ ശിരസ്സിൽ ചുംബിച്ചു. അവന്റെ തലമുടിയിലൂടെ അവിടുന്നു വിരലുക ളോടിച്ചു. മകൻ പിതാവിനെ ആശ്ലേഷിച്ചു. രണ്ടു പേരും അൽപനേരം അങ്ങനെ നിന്നു. അവർ ഒന്നും മിണ്ടിയില്ല. കാരണം ചെയ്യേണ്ടത് എന്തെന്ന് മകന് അറിയാമായിരുന്നു. ഒരിക്കൽ കൂടി അവർ അന്യോന്യം നോക്കി. എന്നിട്ടു മകൻ വഴിയുടെ ഇരുട്ടിലേക്കു പ്രവേശിച്ചു.

12. രാജീവ്ഗാന്ധിയും ജുജുബ്സും

വർഷം 1991. കുഞ്ഞുപോളിന് അന്ന് ആറു വയസ്സ്. ഡയറി മിൽക്ക് ചേക്ലേറ്റനു ശേഷം മനുഷ്യന്റെ ഏറ്റവും വലിയ കണ്ടു പിടിത്തമായ മിൽക്കി ബാർ ഇറങ്ങിയ വർഷം. മഞ്ഞ നിറ മുള്ള കവറിൽ ദീർഘചതുരാകൃതിയിൽ വായിലലിഞ്ഞു പോകുന്ന പാൽ മധുരകട്ടകൾ. ഡയറി മിൽക്ക് കൂടാതെ കാഡ്ബറീസിന്റെ തന്നെ ജെമ്സും ഫൈവ്സ്റ്റാറുമെല്ലാം അന്നുണ്ടെങ്കിലും നെസ്ലെയുടെ മിൽക്കി ബാർ സൃഷ്ടിച്ച അനുഭൂതി ഒന്ന് വേറെ തന്നെയായിരുന്നു. ഈ ശ്രേണി യിൽപെട്ട എല്ലാ ചോക്ലേറ്റുകളുടെയും പൊതുവായ സ്വഭാവം ഇവയെല്ലാം വിലപിടിപ്പുള്ളതും കുറഞ്ഞത് ഒരു ആറു മാസ

ത്തിൽ ഒരിക്കലൊക്കെയോ ഇതിലേതെങ്കിലും ഒന്നിനെ നാക്കിൻതുമ്പിൽ കിട്ടിയിരുന്നുള്ളൂ എന്നതുമാണ്.

അപ്പോഴാണ് ജുജുബ്സിന്റെ വരവ്. പല നിറത്തിലുള്ള ജെല്ലികൾ പഞ്ചസാരയിൽ മുക്കി ചെറിയ കവറുകളിലാക്കി ചെറിയ വിലയ്ക്ക് കടകളിൽ കിട്ടാൻ തുടങ്ങി. പഞ്ചസാര യുടെ മധുരം അലിഞ്ഞില്ലാതായി കഴിയുമ്പോൾ ജെല്ലിയുടെ മധുരം തുടങ്ങും.........അതിനുശേഷം ജെല്ലി കടിച്ചുതിന്നു കയും ആവാം. കുഞ്ഞുപോളിന് ആദ്യമായി ആരാണ് ജുജു ബ്സ് വാങ്ങി തന്നത് എന്ന് ഓർമയില്ല. പക്ഷെ അത് ആദ്യ മായി കഴിച്ച ദിവസം ഇന്നും കുഞ്ഞുപോൾ കൃത്യമായി ഓർക്കുന്നു. രാജീവ്ഗാന്ധി കൊല്ലപ്പെട്ട ദിവസം.

അത് സംഭവിക്കുമ്പോൾ കുഞ്ഞുപോൾ തൃശൂരുള്ള തന്റെ അപ്പാപ്പന്റെയും അമ്മാമയുടെയും കൂടെയായിരുന്നു. അന്ന് ആ വലിയവീട്ടിൽ എന്തുകൊണ്ടോ അവർ മൂന്നു പേർ മാത്രമാണുണ്ടായിരുന്നത്. കുഞ്ഞുപോൾ അന്ന് രാവിലെ അവിടെയെത്തിയത് ഒരു പാക്കറ്റ് ജുജുബ്സും കൊണ്ടാണ്. ഈ പുതിയ മധുരക്കൂട്ട് കണ്ടപ്പഴേ അവന്റെ അമ്മാമ്മ പറ ഞ്ഞു.

'ഇതെവിടുന്നാ പോളിന് കിട്ടിയത്. കാണാൻ തന്നെ നല്ല രസമുണ്ടല്ലോ. അമ്മാമക്ക് വേണ്ട....മോൻ കഴിച്ചോ...'

കുഞ്ഞുപോളിന് അമ്മാമയെ വലിയ ഇഷ്ടമായിരുന്നു... തനിക്കെന്നല്ല എല്ലാവർക്കും അമ്മാമയെ വലിയ ഇഷ്ടമമാ ണന്നാണ് അവന് തോന്നിയിട്ടുള്ളത്. മഞ്ഞമ്മ ചേടത്തി എന്നാണ് എല്ലാവരും അമ്മാമയെ സ്നേഹത്തോടെ വിളിച്ചി രുന്നത്. വന്നപ്പോൾ മുതൽ പോൾ അമ്മാമയുടെ കുടെ തന്നെയാണ്. കോഴികളെ കൂട്ടിൽ നിന്നു അഴിച്ചുവിടാനും മുട്ട

പെറുക്കാനും പുലി ഒണക്കാനിടാനും കാക്കയെ ഓടിക്കാനും അവൻ ഉണ്ടാവും കൂടെ..

അപ്പാപ്പൻ തന്റെ മുറിയിൽ നിന്നു അധികം ഇറങ്ങാറില്ല. അപ്പാപ്പന് നല്ല പോലെ കേൾവിക്കുറവുണ്ട്. പിന്നെ മൂപ്പർ നന്നായിട്ട് മുറുക്കും. നല്ല വെറ്റിലയും പാക്കും ചുണ്ണാമ്പു മെല്ലാം വെച്ച് ചറച്ച് ഒരു വലിയ കോളാമ്പിയിലേക്ക് എല്ലാം കൂടി തുപ്പും. എങ്കിലും പോളിന് അപ്പാപ്പനെയും ഇഷ്ടമായി രുന്നു. ഊണ് കഴിഞ്ഞ് അപ്പാപ്പൻ മുറുക്കാൻ ഇരിക്കുമ്പോൾ പോൾ കൂടെപോയിരിക്കും. ഒരു മരത്തിന്റെ കുഴിയിൽ അടക്ക ചുറ്റികകൊണ്ട് തല്ലി പൊട്ടിച്ചു ഒരു കത്തികൊണ്ട് പാക്കെല്ലാം നുറുക്കി നല്ല ഫ്രഷായിട്ടാണ് അപ്പാപ്പൻ മുറുക്കി യിരുന്നത്. അപ്പാപ്പന് കണങ്കാലിൽ ഒരു മുഴയുണ്ടായിരുന്നു. ഒരു വലിയ ഉണ്ണിയപ്പത്തിന്റെ വലുപ്പത്തിൽ. അപ്പാപ്പൻ മുറു ക്കാനുള്ള തരം തയ്യാറാക്കുമ്പോൾ പോളിന് ഈ മുഴയിൽ പിടിച്ചുകളിക്കുക ഇഷ്ടമുള്ള കാര്യമായിരുന്നു. സിംഹ ത്തിന്റെ ജടയിൽ കുഞ്ഞുസിംഹങ്ങൾ കടിച്ചുതൂങ്ങി കളിക്കു മ്പോൾ അത് കാര്യമാക്കാത്തതുപോലെ അപ്പാപ്പനും അത് കാര്യമാക്കാറില്ലായിരുന്നു. കേൾവിക്കുറവുള്ളതുകൊണ്ട് അപ്പാപ്പൻ അധികമൊന്നും മിണ്ടിയിരുന്നില്ല.. പക്ഷെ എങ്ങ നെയെന്നറിയില്ല അപ്പാപ്പൻ വിളിക്കാതെ തന്നെ ഓരോ കാര്യ ങ്ങൾക്കും അമ്മാമ കൃത്യസമയത്ത് അപ്പാപ്പന്റെ അരികിലു ണ്ടാകും. അമ്മാമയുടെ കൂടെയാണ് കുഞ്ഞുപോൾ കിടന്നുറ ങ്ങാറ്. അപ്പാപ്പനും അതെ മുറിയിൽ തന്നെ വേറെ ഒരുകട്ടി ലിൽ.

അന്ന് രാത്രിയാണ് രാജീവ് ഗാന്ധി കൊല്ലപ്പെട്ടത്. ഏക ദേശം പത്തുമണിക്ക്. പാതിരാത്രിയിൽ റോഡുകളിൽ പാറക്ക

ല്ലുകൾ വീഴുന്ന ശബ്ദം കേട്ടാണ് പലരും വാർത്തയറിയുന്ന ത്. ഭാരത് ബന്തിന് ആഹ്വാനം ചെയ്തു പാർട്ടി പ്രവർത്തകർ വഴികളിൽ പാറകല്ലുകൾ ലോറികളിൽ കൊണ്ടുവന്നിട്ടു. ആകാശവാണിയിൽ രാത്രിതന്നെ സ്പെഷ്യൽ ബ്രോഡ്കാസ്റ്റ് വന്നു. പിറ്റേദിവസം പോൾ കണ്ണുതുറക്കുമ്പോൾ അപ്പാപ്പൻ ദുരദർശൻ കാണുകയാണ്. ഇതുവരെ പോൾ കാണാത്ത ഒരു വികാരം അന്ന് പോൾ അപ്പാപ്പന്റെ മുഖത്തു കണ്ടു...സങ്കട മാണോ പരിഭ്രാന്തിയാണോ കോപമാണോയെന്ന് പറയാൻ പറ്റാത്തതരത്തിൽ ഒന്ന്. ടീവിയിലെ ദൃശ്യങ്ങൾ നടുക്കുന്നതാ യിരുന്നു....തലയും കയ്യും കാലും അറ്റുപോയ ശവശരീര ങ്ങൾ.....കത്തിച്ചാമ്പലായ മണ്ഡപങ്ങൾ....കുഞ്ഞുപോൾ ഇരുന്നുവിറച്ചു.....ഉടനെ അപ്പച്ചനെയും അമ്മച്ചിയെയും കാണണം....തിരിച്ചുവീട്ടിൽ പോകണം. അമ്മാമയുടെ അടു ത്തേക്ക് അവൻ ഓടി...

'അമ്മാമേ എനിക്ക് വീട്ടീപോണം...'

'പോളെ...നീ ആകെ പേടിച്ചിട്ടുണ്ടല്ലോ....എന്തുപറ്റി...?'

'ആ രാജീവ് ഗാന്ധിയെ ആരോ കൊന്നില്ലേ...എനിക്ക് വീട്ടിപോണം...'

'മോനെ അതിനു നിന്റെ അമ്മച്ചിക്കും അപ്പച്ചനും ഇങ്ങോട്ടോ നമുക്ക് അങ്ങോട്ടോ പോകാൻ പറ്റില്ല...ഭാരത് ബന്താണ്... റോഡിൽ മുഴുവൻ വലിയ പാറകഷണങ്ങളാ ണ്....ഇനി രണ്ടുമൂന്നു ദിവസം കഴിഞ്ഞേ എന്തെങ്കിലും പറ യാൻ പറ്റൂ...പോൾ എന്തിനാ പേടിക്കണേ...? അപ്പാപ്പനും അമ്മാമയും ഇല്ലേ പോളിന്റെ കൂടെ...'

പക്ഷെ പോളിന്റെ നടുക്കം കൂടിയതല്ലാതെ ഒരു കുറവും വന്നില്ല... അപ്പാപ്പന്റെ മുറിയിൽ ഉച്ചത്തിൽ ന്യൂസ് വെച്ചിരിക്കു കയാണ്.... പ്രതികൾക്കായുള്ള തിരച്ചിലിനെ കുറിച്ചും രാജീവ് ഗാന്ധിയുടെ ശരീരം തിരിച്ചറിയാൻ കഴിയാത്തവിധം നാമാവശേഷമായി എന്ന വാർത്തകളും ആ വലിയ വീട്ടിലെ ഓരോ മുറികളിലും അലയടിച്ചുകൊണ്ടിരുന്നു...ഈ വീട്ടിനു ള്ളിൽ വെച്ചാണ് അതെല്ലാം സംഭവിച്ചത് എന്ന പോലെ...... ഒരു മുറിയിൽ നിന്നു വേറൊരു മുറിയിലേക്ക് പോലും പോകാൻ കഴിയാതെ അവൻ പേടിച്ചുവലഞ്ഞു...കുഞ്ഞുപോ ളിന് എങ്ങനെയും അവന്റെ അമ്മച്ചിയുടെ അടുത്തെത്ത ണം....എന്തുകൊണ്ടാ അന്ന് ഫോൺ ലൈനുകളിലും തക രാറു സംഭവിച്ചിരുന്നു.

അങ്ങനെ ഒറ്റയ്ക്ക് അടുക്കളയുടെ ഒരു മൂലയിൽ പേടിച്ചി രിക്കുന്ന പോളിന്റെ അടുത്തേക്ക് വന്ന് അവനെ വാരിപ്പു ണർന്നുകൊണ്ട് അന്ന് അമ്മാമ്മ എന്താണ് പറഞ്ഞതെന്ന് കൃത്യമായി ഓർക്കുന്നില്ല....രാജീവ് ഗാന്ധിയുടെ മരണത്തെ കുറിച്ചോ ഭാരത് ബന്ധിനെകുറിച്ചോ ഒന്നുമല്ല അമ്മാമ പിന്നീട് സംസാരിച്ചത്...മരിച്ചാൽ സ്വർഗത്തിൽ പോകുന്ന കാര്യവും ഈശോയുടെ കാര്യവും ആകണം അമ്മാമ സംസാരിച്ചത്...എന്തുകൊണ്ടോ അമ്മാമയെ കെട്ടിപിടിച്ചിരു ന്നപ്പോൾ പോളിന് ആശ്വാസം തോന്നി....രാജീവ്ഗാന്ധി ഇപ്പോൾ സ്വർഗത്തിൽ സുഖമായിരിക്കുന്നു എന്ന ചിന്തയും അവനെ സാന്ത്വനിപ്പിച്ചു.

സംസാരിച്ചുകൊണ്ടിരുന്നതിനിടയിൽ അമ്മാമ പോയി ഫ്രിഡ്ജിനുള്ളിൽ നിന്നു എന്തോയെടുത്തു തിരിച്ചുവന്നു.... പിന്നെയും കഥകൾ തുടർന്നു...ധൈര്യം തരാനുള്ള പരിശു

ദ്ധാത്മാവിനോടുള്ള പ്രാർത്ഥന പഠിപ്പിച്ചുകൊണ്ടിരിക്കുന്നതി നിടയിൽ തന്നെ കെട്ടിപിടിച്ചിരുന്ന പോളിന്റെ വായിലേക്ക് അവൻ പോലുമറിയാതെ ഒരു ജുജൂബ്സ് മധുരം അരിച്ചിറ ങ്ങി....

വർഷങ്ങൾ ഏറെ കടന്നുപോയെങ്കിലും നല്ലവനായ രാജീവ് ഗന്ധിയുടെ ചിത്രം ഇന്നും എവിടെയെങ്കിലും കാണു മ്പോൾ അറിയാതെ മനസിന്റെ അടിത്തട്ടിൽ ഒരു ബാല്യകാല ദു:ഖത്തിന്റെ അലട്ടലും നാക്കിലയിൽ ഒരു ജുജൂബ്സ് മിട്ടാ യിയുടെ മധുരവും അരിച്ചിറങ്ങാറുണ്ട്.....

13. Those Bloody Lions of Shermandhir......

അവർ ആദ്യമായാണ് ആ വൃദ്ധനെ കാണുന്നത്. എല്ലുംതോലുമായ ഒരു രൂപം. അരയിൽ ഒരു കീറതുണി മാത്ര മുണ്ട്. കാടിന് അഭിമുഖമായാണ് അയാൾ ഇരുന്നിരുന്നത്. ഗ്രാമത്തിന്റെ അതിർത്തിയിൽ ആരും കേറാത്ത ഒരു കുടി

ലിനു മുന്നിൽ. അയാളുടെ ഇമകൾ പോലും ചലിച്ചില്ല. കാടിന്റെ ഉള്ളിലേക്ക് തന്നെ അയാൾ നോക്കികൊണ്ടിരുന്നു. കാടിനെ അവർക്കു എന്നും പേടിയായിരുന്നു. സിംഹങ്ങളുടെ ഗർജ്ജനങ്ങൾ സദാ ആ കാട്ടിൽ നിന്നും കേട്ടിരുന്നത് ആ ഗ്രാമവാസികളെ ഊണിലും ഉറക്കത്തിലും ഭയചകിതരാക്കിയി രുന്നു. അവരുടെ ചോദ്യങ്ങൾക്ക് അയാൾ ഒന്നും മിണ്ടിയില്ല. അവശനായ അയാൾക്ക് അവർ കഞ്ഞി ഒരു കോപ്പയിൽ കൊണ്ട് വന്ന് കൊടുത്തു. അതയാൾ തൊട്ടുപോലും നോക്കി യില്ല.

രണ്ടുമൂന്ന് ദിവസങ്ങൾ കടന്നുപോയി. അയാളുടെ കണ്ണു കൾ കാടിനെ തന്നെ നോക്കികൊണ്ടിരുന്നു. ഗ്രാമവാസികൾ ദിവസവും അയാൾക്കായി എന്തെങ്കിലും കൊണ്ടുവരും. അയാൾ അവരെ ശ്രദ്ധിച്ചിരുന്നതേയില്ല. അവരുടെയിടയിൽ മുടന്തുള്ള ഒരാളുണ്ടായിരുന്നു. അയാൾ ആ വൃദ്ധന് വേണ്ടി മൂന്ന് പഴം കൊണ്ടുവന്നു. അതവിടെ വെച്ചിട്ട് അയാൾ മടങ്ങി. വഴിയിൽ വെച്ചു കണ്ടവർ അവനെ അത്ഭുതത്തോടുകൂടി നോക്കി. അയാളുടെ കാലുകൾ നിവർന്നു മുടന്തു മാറിയിരു ന്നു. വിവരമറിഞ്ഞവർ അറിഞ്ഞവർ വൃദ്ധനെ കാണാൻ ഓടി യെത്തി. അവരെല്ലാവരും കൈയിലുള്ള ആഹാരപദാർത്ഥ ങ്ങൾ അയാളുടെ കാൽക്കൽവെച്ച് വണങ്ങി മടങ്ങി. അവരവ രുടെ ഗൃഹങ്ങളിൽ തിരിച്ചെത്തുന്നതിനു മുമ്പ് അവരുടെ എല്ലാ അസുഖങ്ങളും ഭേദമായിരുന്നു. ഗ്രാമം അക്ഷരാർത്ഥ ത്തിൽ ഇളകിമറിഞ്ഞു. ഒരാൾ മാത്രം അവർ പറഞ്ഞതൊന്നും അംഗീകരിച്ചില്ല. അയാൾ വൃദ്ധനെ പുച്ഛിച്ചു. അന്ന് രാത്രി കൊണ്ട് വൃദ്ധന്റെ രഹസ്യം കണ്ടുപിടിക്കാൻ അയാൾ നിശ്ച യിച്ചു. നേരം ഏറെയായപ്പോൾ അയാൾ പതുക്കെ വൃദ്ധന്റെ

കുടിൽ ലക്ഷ്യമാക്കി നീങ്ങി. മറ്റു വീടുകളിൽ നിന്ന് അൽപ്പം ദൂരെയായിരുന്നു ഈ കുടിൽ. ഇരുട്ടിന്റെ മറവിൽ അയാൾ പമ്മിപമ്മി അവിടെയെത്തി. ഏന്തിവലിഞ്ഞു കുടിലിന്റെ മുക ളിൽ കയറി. വൃദ്ധനിരിക്കുന്നിടത്തേക്ക് തല നീട്ടി നോക്കിയ അയാൾ കണ്ട കാഴ്ച. രണ്ട് വലിയ ആൺ സിംഹങ്ങൾ അയാളുടെ കാൽക്കൽ. അയാളുടെ കാലുകളിൽ മുഖമുരുമ്മി ഉരുമ്മി ഇരിക്കുന്നു. മൂന്ന് സിംഹങ്ങൾ വേറെ മുറ്റത്ത് ഉലാ ത്തികൊണ്ടിരുന്നു. വൃദ്ധന്റെ വിരലുകൾ സിംഹങ്ങളുടെ ജട യിൽ.

മുറ്റത്തുള്ള ഒരു സിംഹം കുടിലിനു മുകളിലെ ശത്രു വിനെ കണ്ട് ഉഗ്രമായി ഗർജിച്ചു. അയാൾ പിടിവിട്ടു താഴെ വീണു. കൂട്ടത്തിൽ ഏറ്റവും വലിയ സിംഹം നിമിഷം കൊണ്ടു അവന്റെ മേൽ ചാടി വീണു. വൃദ്ധന്റെ തൊണ്ടയിൽ നിന്നു പതിഞ്ഞ സ്വരത്തിൽ ഒരു വികൃതമായ ശബ്ദം പുറത്തുവ ന്നു. സിംഹം അവന്റെ നെഞ്ച് പിള‍ർക്കാനായി വെച്ച കാൽ പിന്നോട്ടെടുത്തു. എന്നിട്ട് ശകാരം കിട്ടിയ കുട്ടിയെ പോലെ വൃദ്ധന്റെ അടുത്ത് തിരിച്ചു വന്ന് തലതാഴ്ത്തി നിന്നു. വൃദ്ധൻ അപ്പോഴും കാട്ടിലേക്കു തന്നെ നോക്കികൊണ്ടിരുന്നു. വീണി ടത്തു നിന്ന് എഴുന്നേറ്റു പറ്റാവുന്ന വേഗത്തിൽ അയാൾ ഗ്രാമ ത്തിലേക്കു ജീവനും കോണ്ടോടി. അവിടെയെത്തിയ ഉടൻ എല്ലാവരെയും ഉണർത്തി ഉണ്ടായ കാര്യങ്ങൾ അവരെ അറി യിച്ചു. എല്ലാവരും ഈ വൃദ്ധൻ ആരായിരിക്കുമെന്ന് ആശ്ചര്യ പ്പെട്ടു. സൂര്യനുദിക്കാൻ കാത്തിരുന്നു.

പിറ്റേന്ന് രാവിലെ തന്നെ അവരെല്ലാവരും വൃദ്ധനെ കാണാൻ കുടിലിലെത്തി. മുൻ ദിവസങ്ങളിൽ അവർ കൊണ്ടുവന്ന ഭക്ഷണപദാർത്ഥങ്ങൾ എല്ലാം അതുപോലെ

തന്നെ അവിടെയുണ്ടായിരുന്നു. അയാൾ പതിവിലും കൂടു തൽ അവശനായിരുന്നു. അയാൾ ആദ്യമായി തന്റെ മുന്നിൽ വണങ്ങി നിന്നിരുന്ന ഗ്രാമവാസികളെ ഒന്ന് നോക്കി. പതുക്കെ ഒരുകൈയുയർത്തി അവരെ അനുഗ്രഹിച്ചു. എന്നിട്ട് ആ കാടിനെ ഒന്ന് കൂടി നോക്കി കണ്ണുകളടച്ചു.

അയാളെ ഗ്രാമവാസികൾ അവിടെ ആ കുടിലിന്റെ മുന്നിൽ തന്നെ സംസ്കരിച്ചു. മുഴുവൻ നേരവും കാടിന്റെ ഉള്ളിൽ നിന്ന് കുറേ കണ്ണുകൾ അവരെ തന്നെ നോക്കി നിൽക്കുന്നത് അവർക്കു കാണാമായിരുന്നു. സിംഹങ്ങളുടെ ഗർജനങ്ങൾ അന്ന് എന്നത്തേതിലും ഉച്ചത്തിലായിരുന്നു. പക്ഷേ ഗ്രാമവാസികൾക്കെന്തോ മുൻപത്തേത് പോലെ പേടി തോന്നിയില്ല. അവർ അവിടെ വൃദ്ധന്റെ ഒരു ശിൽപമുണ്ടാക്കി, എന്നിട്ട് അതിനു ചുറ്റും ഒരു അമ്പലം പണിയാൻ തുടങ്ങി. സായാഹനമാകുമ്പോൾ ഗ്രാമവാസികൾ പിൻവാങ്ങും. രാത്രി യാകുമ്പോൾ സിംഹങ്ങൾ വന്ന് മനുഷ്യർ നിർത്തിയിടത്തു നിന്നു പണി തുടരും. അങ്ങനെ ഒൻപതു ദിവസംകൊണ്ട് മനുഷ്യരും സിംഹങ്ങളും ചേർന്ന് പണിത ക്ഷേത്രം പൂർത്തി യായി. അതിനു അവർ 'ഷേർമന്ദിർ' എന്ന് പേരിട്ടു.

നൂറ്റാണ്ടുകൾ കടന്നുപോയി... ബ്രീട്ടീഷുകാർ പിടിച്ചട ക്കിയ ദേശത്തു മുഴുവൻ ദ്രുതഗതിയിൽ ചരക്കുനീക്കാൻ റയിൽപാളം പണിയാൻ തുടങ്ങിയ സമയം. ഷേർമന്ദിറിനോട് ചേർന്ന കാട്ടിലൂടെ പാളം പണിയാൻ പുതിയതായി ചാർജ്ജെടുത്ത റെയ്ഞ്ചർ സായിപ്പ് പദ്ധതിയിട്ടു. അവർ അവി ടെയെത്തി പണിതുടങ്ങാൻ ഗ്രാമവാസികളെ കച്ചകെട്ടി. പക്ഷെ കാട്ടിലേക്ക് പ്രവേശിക്കാൻ അവർ തയ്യാറായില്ല. വിവരം അറിഞ്ഞ റെയ്ഞ്ചർ സായിപ്പിന് കലി കയറി. അയാൾ

ഗ്രാമവാസികളായ മൂന്നുപേരെ കാടിനു അഭിമുഖമായി നിർത്തി. അവരുടെ കൈയ്യിൽ മഴുവും കയറും കൊടുത്തു. എന്നിട്ട് മുന്നോട്ടു നടക്കാൻ ആജ്ഞാപിച്ചു. അവർ അവിടെ തന്നെ നിന്നു. റേഞ്ചർ റിവോൾവർ എടുത്ത് അവർക്കുനേരെ ചൂണ്ടി. എന്നിട്ട് വീണ്ടും ആജ്ഞാപിച്ചു. അവർ അനങ്ങിയില്ല. മൂന്നു വെടിയുണ്ടകൾ വായുവിൽ ചീറിപ്പാഞ്ഞു. കാടിനു ള്ളിൽ നിന്നു വലിയ പക്ഷികൾ അപകടസൂചന നൽകി ചിറ കടിച്ചു പറന്നുയർന്നു. പുതിയ മൂന്നുപേരെ അവിടെ കൊണ്ടു വന്നു നിർത്തി. റിവോൾവർ പിന്നെയും ഉയർന്നു. ഗത്യന്തരമി ല്ലാതെ അവർ വീണുകിടക്കുന്ന ശവശരീരങ്ങൾക്ക് കുറുകെ കാട്ടിലേക്ക് പ്രവേശിച്ചു. പിന്നാലെ മറ്റുള്ളവരും. വൈകും വരെ പണിതു കാടിനുള്ളിലേക്കു നീണ്ട ഒരു പാത അവർ ഉണ്ടാക്കി. റേഞ്ചർ സായിപ്പിന്റെ മുഖത്തു ഒരു ചിരി പടർന്നു. അവർ തിരിച്ചു ഷേർമന്തിറിനടുത്തെത്തി. വേറെ സ്ഥലമില്ലാ ത്തതിനാൽ സായിപ്പും പരിവാരങ്ങളും അമ്പലത്തിനുള്ളിൽ ക്യാമ്പ് ചെയ്തു. ഗ്രാമവാസികൾ കരഞ്ഞുകൊണ്ട് വീടുകളി ലേക്ക് പോയി.

വൈകാതെ ആഘോഷം തുടങ്ങി. സ്കോച്ച് വിസ്ക്കി കുടിച്ച് ഉന്മത്തരായ അവരുടെ അലസമായ കൈകളിൽ നിന്ന് ബോട്ടിലുകൾ താഴെവീണു ചിന്നഭിന്നമായി.

അമ്പലത്തറയിൽ മദ്യവും പുറത്തു രാവിലത്തെ കുരുതി യിൽ ചിന്തിയ രക്തവും. മനംമടുപ്പിക്കുന്ന ഗന്ധം എങ്ങും തങ്ങിനിന്നു. കുപ്പിച്ചില്ലുകളിൽ ഭാരമുള്ളതെന്തോ അമർന്നു തകരുന്ന ശബ്ദം കേട്ടാണ് റെയ്ഞ്ചർ സായിപ്പ് കണ്ണുതുറന്ന ത്. മദ്യലഹരിയിൽ ആദ്യം അയാൾക്കു ഒന്നും വ്യക്തമായില്ല. പിന്നെ അയാൾ കണ്ടു. ഇരുട്ടിൽ കനൽ പോലെ കത്തി ജ്വലി

ക്കുന്ന കണ്ണുകള്‍. ക്ഷേത്രത്തിനുള്ളില്‍ മൂന്ന് ആണ്‍സിംഹ ങ്ങള്‍. അയാള്‍ റിവോള്‍വര്‍ എടുത്തു ഉന്നം വെക്കുന്നതിനു മുമ്പേ സിംഹങ്ങളില്‍ പ്രധാനി അവന്റെ മേല്‍ ചാടി വീണിരു ന്നു. അവന്റെ കഴുത്തിനെ ലക്ഷ്യമാക്കി നീങ്ങിയ കൂര്‍ത്ത നഖങ്ങളെ മരവിപ്പിച്ചുകൊണ്ട് അമ്പലമാകെ ഒരു വൃദ്ധന്റെ വികൃതമായ ശബ്ദം മുഴങ്ങി കേട്ടു. സിംഹം കാല്‍ പിന്നോട്ട് വലിച്ചു. എന്നിട്ട് കനലെരിയുന്ന ആ കണ്ണുകള്‍ റെയ്ഞ്ചര്‍ സായിപ്പിന്റെ കണ്ണുകളോട് ചേര്‍ത്ത് വെച്ചു. അതിലേക്കു മര ണത്തിന്റെ മരവിപ്പിക്കുന്ന തണുപ്പ് ഇരച്ചുകയറുന്നുണ്ടായിരു ന്നു. സിംഹങ്ങള്‍ തിരിഞ്ഞു നടക്കാന്‍ തുടങ്ങി. സായിപ്പ് താഴെ വീണ റിവോള്‍വര്‍ കൈയ്യിലെടുത്തു. ഒരു അലര്‍ച്ച യോടെ മുന്നിലേക്ക് നോക്കി വെടിയുതര്‍ത്തു. ലക്ഷ്യം കാണാതെ ആ വെടിയുണ്ട ഭിത്തിയില്‍ പതിച്ചു. സിംഹങ്ങള്‍ തിരിഞ്ഞു നിന്ന് ഒറ്റ ചാട്ടത്തിനു റെയ്ഞ്ചിനെ അടിച്ചു വീഴ്ത്തി. കൂര്‍ത്ത നഖങ്ങള്‍ വായുവില്‍ പിന്നെയും ഉയര്‍ന്നു താണു. റെയ്ഞ്ചറിന്റെ കണ്ണുകള്‍ രണ്ടും ആ നഖങ്ങള്‍ ചൂഴ്ന്നെടുത്തു. കണ്ണുകള്‍ മാത്രം. അയാളുടെ ജീവനില്‍ അവര്‍ കൈവെച്ചില്ല.

രാവിലെ അലഞ്ഞുതിരിഞ്ഞു നടന്ന അയാളെ ഗ്രാമവാ സികള്‍ തേടിപിടിച്ചു. കണ്ണുകള്‍ ഉണ്ടായിരുന്നിടത്തു പച്ചമരു ന്നുകള്‍ കെട്ടിവെച്ച് തിരിച്ചു ബോംബെയ്ക്ക് വിട്ടു. അധികം താമസിയാതെ അയാള്‍ ഇംഗ്ലണ്ടിലേക്ക് കപ്പല്‍ കയറി. സാല്‍സ്ബറിയിലെ ചിത്തരോഗികള്‍ക്കായുള്ള സാനിട്ടോറി യത്തില്‍ ചില രാത്രികളില്‍ അയാള്‍ നിലവിളിക്കുന്നത് കേള്‍ക്കാറുണ്ടത്രേ 'Those bloody lions of Sher Mandir....'

14. തമിഴന്റെ സുവിശേഷം

മണി രണ്ടര. ഇന്ന് ഒ.പിയിൽ രോഗികൾ കൂടുതലാണ്. രാവിലെ കഴിച്ചതെല്ലാം ആവിയായി. ഇനിയും ഒരു നൂറു പേരെങ്കിലുമുണ്ടാവും. മറ്റ ഡോക്ടർമാർ ഓരോരുത്തരായി ഭക്ഷണം കഴിക്കാൻ പോയി തുടങ്ങി. എല്ലാവരും ഒരുമിച്ച് പോയാൽ രോഗികൾ വലയും. വിശന്നിട്ടു വയ്യ. ദേഷ്യവും സങ്കടവും എല്ലാം വരുന്നുണ്ട്. ഇത് കഴിഞ്ഞു ഇനി അഡ്മിറ്റായ രോഗികളെ നോക്കാൻ വാർഡ് റൗണ്ട്സ് ബാക്കിയാണ്. വല്ല എൻജിനിയറും ആയാമതിയായിരുന്നു. ഇനി പറഞ്ഞിട്ടെന്താ കാര്യം.

കൂടെ ഉണ്ടായിരുന്ന ഡോക്ടർ കഴിച്ചു വന്നു. ഉച്ചയൂണ് ഇന്ത്യൻ കോഫീ ഹൗസിൽ നിന്ന് വേണോ എന്ന് ആലോചി ച്ചപ്പോൾ അടുത്തുള്ള ഒരു പെറ്റി ഹോട്ടലിന്റെ കാര്യം ഓർമ വന്നു.....അവിടെ ചെന്നിരുന്നു. മേശയിൽ ഇലവെച്ചു സപ്ലയർ

ചോറ് വാരിയിട്ടു....നല്ല ചൂട് ആവി പറക്കുന്ന പാലക്കാടൻ മട്ട...അതിൽ ഞാൻ രണ്ടു കുമ്പിൾ ഉണ്ടാക്കി....ഒന്നിൽ സാമ്പാറും മറ്റേതിൽ മീൻകറിയും ഒഴിച്ചു....ഒരു വലിയ നീല ബക്കറ്റിൽ പപ്പടം വന്നു...കറികൾ വന്നു...കോവക്ക ഉപ്പേരിയും കുമ്പളങ്ങാ കറിയും അച്ചാറും പിന്നെ ചമ്മന്തിയും. ആ ചമ്മന്തിയാണെങ്കിൽ മിക്സിയിൽ അടിക്കാതെ നല്ല അരക ല്ലിൽ ചതച്ചെടുത്ത തേങ്ങയും ഉള്ളിയും പച്ചമുളകും ഇഞ്ചിയും കൊണ്ടുണ്ടാക്കിയത്...കഴിച്ചു തുടങ്ങാൻ കൈ ചോറിൽ മുക്കിയപ്പോഴേക്കും സപ്ലയർ വീണ്ടും വന്നു... മീൻ ഏതാ വേണ്ടത് എന്ന് ചോദിച്ച്...ഉത്തരം മസാല മണത്തിൽ കുതിർന്നിരിക്കുന്ന എന്റെ മസ്തിഷ്കത്തിൽ നിന്ന് ഞരമ്പ് വഴി നാവിലേക്കെത്തിയപ്പോഴേക്കും ഒരു മുഴുത്ത അയില ഫ്രൈ ഇലയിൽ വീണിരുന്നു....

ആകെ തിരക്കാണ് ഹോട്ടലിൽ....രണ്ടു സപ്ലയർസും പൊരിഞ്ഞ ഓട്ടത്തിലാണ്. ചോറിന്റെ സ്വാദ് പറയേണ്ടതില്ല. കറികളും കെങ്കേമം. പെട്ടെന്ന് നാരാണേട്ടനെ ഓർമ വന്നു. മെഡിക്കൽകോളേജിലെ അവസാന വർഷങ്ങളിൽ നാരായ ണേട്ടന്റെ ഹോട്ടലിൽ നിന്ന് എത്ര പ്രാവശ്യം ഊണ് കഴിച്ചിട്ടു ണ്ടാകും. നാരായണേട്ടന്റെ ആ ഹോട്ടൽ ഇപ്പോഴും ഉണ്ടാ കുമോ എന്തോ എന്നാലോചിച്ചുകൊണ്ടിരിക്കുന്നതിനിടയിൽ അടുത്ത ഒഴിഞ്ഞ സീറ്റിൽ ഒരു തമിഴൻ കൂലി പണിക്കാരൻ വന്നിരുന്നു. വിയർത്തു വശകൊശയായിട്ടുണ്ട്. നല്ല വിയർപ്പ് നാറ്റം. അവിടെ ഉണ്ടായിരുന്ന ചെറിയ വാഷ്ബേസിനിൽ ടിയാൻ ഇറങ്ങി കുളിച്ചില്ലെന്നെ ഉള്ളു...എന്നാലും അമ്പലക്കു ളത്തിൽ മുങ്ങി നിവർന്ന പ്രതീതി. ഒന്നും പറയാതെ തന്നെ ഇല മുതൽ മീൻ വരെ വന്നു. ചോറും കറികളും ഒരു അദൃശ്യ

പാലത്തിലൂടെ ഇലയിൽ നിന്നും വായിലേക്ക് സ്വമേധയാ പ്രവഹിക്കുന്നത് പോലെ തോന്നി. നിമിഷങ്ങൾക്കുള്ളിൽ ഇല കാലി. പണിക്കിടയിൽ സിമന്റും മണ്ണും തീർന്നു പോയാൽ തട്ടാൻ ജെസിബി റെഡിയായി നിൽക്കുന്നത് പോലെ സപ്ലയർ അടുത്ത് തന്നെയുണ്ട്. രണ്ടാമതും ചോറ്, കറികൾ, ഊൺ ഒരു ആഘോഷമാക്കി അയാൾ. ഞാനും വിട്ടില്ല. ഇല കാലിയാക്കിയപ്പോൾ അനിയൻ ചേട്ടനെ വെട്ടി ക്കുമല്ലോ എന്ന അമ്മപുഞ്ചിരിയോടെ പിന്നെയും സപ്ലയർ ചോറിട്ടു...

പെട്ടെന്നാണ് ആ ശബ്ദം കേട്ടത്. പുറത്തു വഴിയിൽ രണ്ടു ബൈക്കുകൾ കൂട്ടിയിടിച്ചു. കോളേജ് പിള്ളേരാണ്. നാലുപേരും നിലത്ത് റോഡിൽ കിടക്കുകയാണ്. ഭക്ഷണം കഴിച്ചുകൊണ്ടിരുന്നവർ പലരും പുറത്തേക്ക് നോക്കി നിന്നു. ഞാൻ കൈ കഴുകി റോഡിലേക്ക് എത്തിയപ്പോഴേക്കും മേൽപടിയാൺ അവരെ എഴുന്നേൽപ്പിച്ചു ഇരുത്തി എന്നു മാത്രമല്ല അതു വഴി വന്ന കാർ വട്ടം ചാടി നിർത്തി പരുക്കേ റ്റവരെ കയറ്റി തുടങ്ങി. എല്ലാം കഴിഞ്ഞപ്പോൾ പുള്ളിക്കാരൻ ഒന്നും നടക്കാത്തപോലെ തിരിച്ചു കയറി ഇലയിലുണ്ടായി രുന്ന ബാക്കി ഭക്ഷണം ക്ഷണനേരം കൊണ്ട് തീർത്തു. ആരോടും ഒരക്ഷരം മിണ്ടിയില്ല.

ഇത്രയും കഴിച്ചിട്ടും അയാളുടെ വയറു സിക്സ് പാക്ക് പലക പോലെ ഒട്ടി കിടക്കുന്നു....എന്റേത് ഒരു അരിച്ചാക്ക് പോലെയുണ്ടായിരുന്നു. അയാൾ ഇലമടക്കി എഴുന്നേറ്റു കൈകഴുകി. സപ്ലയർ തന്നെ വന്നു കാശ് വാങ്ങി–ഊണും മീനും എൺപതു രൂപ. അയാൾക്ക് പറ്റുണ്ടായിരന്നു....സപ്ല യർ മനസ്സിൽ കുറിച്ചിട്ടു...ഞാനും അയാളും പുറത്തെ വെയി

ലിലേക്കിറങ്ങി...ഞങ്ങൾക്ക് രണ്ടുപേർക്കും ഇനിയും ജോലി ബാക്കിയാണ്. ഞാൻ ഒരൽപ്പനേരം അയാൾ നടന്നുപോകു ന്നത് നോക്കി നിന്നു.

നിക്കോസ് കസന്ദ്സാക്കീസിന്റെ 'God's Pauper' എന്ന പുസ്തകത്തിൽ ചേറിൽ നിന്നു കേറി വന്ന് അസ്സീസ്സിയിലെ ഫ്രാൻസീസിനെ ശാസിച്ച് തിരിച്ചു ചേറിലേക്ക് തന്നെ പോകുന്ന ദൈവത്തിന്റെ ഒരു ചിത്രമുണ്ട്. ''നിങ്ങൾ ഒരു വിശുദ്ധനാണെന്നാണ് എല്ലാരും പറയുന്നത്. അങ്ങനെ തന്നെ ആയിരിക്കണം'' എന്നു പറഞ്ഞുകൊണ്ട്. ഇന്നൊരാൾ വിയർത്തൊലിച്ചു വെയിലത്ത് നിന്നു കേറി വന്ന് എന്നോടു ഒരക്ഷരം പോലും മിണ്ടാതെ ഒരു സുവിശേഷം തന്നെ പ്രസം ഗിച്ചിട്ട് തിരിച്ചു പോയി. ലാഭേച്ഛയില്ലാതെ അലസതയില്ലാതെ പണിയെടുക്കണമെന്ന സുവിശേഷം.

15. പോളിന്റെ ആദ്യത്തെ ക്രിസ്തുമസ്

പോളിന് അവന്റെ രണ്ട് അമ്മാമമാരെയും വലിയ ഇഷ്ടമായി രുന്നു. അതിൽ പള്ളുരുത്തിയിലുള്ള അവന്റെ അപ്പന്റെ അമ്മ യായ അമ്മാമ്മയുടെ ഏറ്റവും ചെറിയ പേരക്കുട്ടി ആയിരുന്നു പോൾ. എല്ലാ വർഷവും ക്രസ്തുമസിന് ഒരു മാസത്തേക്ക് തൃശ്ശൂരിലെ വീട്ടിൽ അമ്മാമ്മ താമസിക്കാൻ വരും. നല്ല തൂവെള്ള മുണ്ടും ചട്ടയുമായിരുന്നു അമ്മാമയുടെ വേഷം. പുറത്തുപോവുമ്പോൾ മാത്രം ഒരു മേൽമുണ്ട് പുതക്കും. അമ്മാമ്മക്കും പോളിനെ വലിയ കാര്യമായിരുന്നു. അമ്മാമ്മ വന്നു കഴിഞ്ഞാൽ താഴത്തെ ഗസ്റ്റ് റൂം അമ്മാമ്മയുടെ മുറി യായി മാറും. പിന്നെ പോൾ എപ്പോഴും അവിടെയായിരിക്കും. അവനു ഏറ്റവും ഇഷ്ടം എൺപതു വയസ്സുള്ള അമ്മാമ്മ യുടെ ശോഷിച്ച കൈകളിലെ ഞരമ്പുകൾ അമർത്തി യമർത്തി ഇരിക്കുക എന്നതായിരുന്നു. അപ്പോൾ അമ്മാമ്മ

കഥകൾ പറയും. ബൈബിളിലെ കഥകൾ. മോശയുടെയും സാംസന്റെയും ദാനിയേലിന്റെയും കഥകൾ. ക്രിസ്തുമസ് അടുക്കാറാകുമ്പോൾ അമ്മാമ്മ ഉണ്ണിയേശുവിന്റെ കഥ പറ യും. മാതാവ് കാലിത്തൊഴുത്തിൽ ഉണ്ണിയേശുവിനെ പ്രസവി ച്ചതും ആട്ടിടയന്മാരും രാജാക്കന്മാരുമെല്ലാം കാണാൻ വന്ന തും. കുഞ്ഞ്പോൾ ഇതെല്ലാം വായും പൊളിച്ചു കേട്ടിരിക്കും.

ഒരിക്കൽ അമ്മാമ്മ തൃശ്ശൂരിലേക്ക് വന്നത് ഒരു കുഞ്ഞ് ആമയെയും കൊണ്ടായിരുന്നു. തറവാട്ടിലെ കിണറ്റിൽ നിന്നു പിടിച്ചതാണ്. പോളിന്റെ അപ്പച്ചൻ അതിനെ ഊണ് മുറി യിലെ ഫിഷ് ടാങ്കിൽ ഇട്ടു. എന്ത് രസമായിരുന്നെന്നോ. ഗോൾഡ് ഫിഷിനും എയ്ഞ്ചൽ ഫിഷിനും എല്ലാം ഇടയിൽ ആ കുഞ്ഞ് ആമ നീന്തി തുടിച്ചു. ഡിസംബർ മാസം പ്രിയപ്പെ ട്ടതാവാൻ കുഞ്ഞുപോളിന് ഒരു കാരണം കൂടി ഉണ്ടായിരു ന്നു. അവന്റെ ബർത്ഡേ ഡിസംബറിലായിരുന്നു. അന്നു അമ്മാമ ആരും കാണാതെ അവന്റെ കുഞ്ഞ് കൈയ്യിൽ 100 രൂപ വെച്ചു കൊടുക്കും. ഉടുപ്പ് വാങ്ങിക്കാൻ. പോൾ സന്തോഷം കൊണ്ട് തുള്ളിച്ചാടും.

വർഷങ്ങൾക്കു ശേഷം ഹൈസ്ക്കൂളിൽ വെച്ചപ്പോഴോ ഒരു ഉപന്യാസമത്സരത്തിൽ പങ്കെടുത്തപ്പോൾ വിഷയം ഇതാ യിരുന്നു....'കുട്ടികാലത്തെ നിങ്ങളുടെ ആദ്യത്തെ ഓർമ.' അൽപനേരം ഇരുന്ന് ചിന്തിച്ചു നോക്കി . ചേട്ടന്മാർ കാക്കയെ കാണിച്ചു തന്നതും കട്ടിലിൽ നിന്നു ഒരിക്കൽ താഴെ വീണ പ്പോൾ അമ്മച്ചി വന്നു വാരിയെടുത്ത സംഭവങ്ങളുമെല്ലാം അകക്കണ്ണു പിന്നിലേക്ക് വീശിയെറിയുമ്പോൾ പ്രകാശിതമാ കുന്നുണ്ട്. പക്ഷെ ഏറ്റവും ആദ്യത്തെ ഓർമ അതല്ല. അത് ക്രിസ്തുമസ്സിനെയും അമ്മാമ്മയെയും കുറിച്ച് തന്നെയായിരു

ന്നു. പോളിന് അന്ന് ഒന്നോ രണ്ടോ വയസ്സ് കാണും. പഴയ ഒരു ഫിയറ്റ് കാറുണ്ടായിരുന്നു അപ്പച്ചന്. ചുവപ്പും വെള്ളയും നിറമുള്ള സ്റ്റിയറിങ്ങിന്റെ സൈഡിൽ തന്നെ ഗിയറുള്ള ഒരു സെക്കന്റ് ഹാൻഡ് കാർ. അതിന്റെ പിൻസീറ്റിൽ അന്ന് അമ്മാ മ്മയുടെ മടിയിലായിരുന്നു പോൾ. എല്ലാവരും കൂടി ക്രിസ്തു മസ് രാത്രി പാതിരാകുർബാനക്ക് പോവുകയായിരുന്നു. പുറത്തു നല്ല തണുപ്പായതിനാൽ അമ്മാമ്മ തന്റെ മേൽമുണ്ടി നുള്ളിലാക്കി പോളിനെ നെഞ്ചിനോട് ചേർത്തുപിടിച്ചിരുന്നു.

നല്ല ഉറക്കമായിരുന്ന പോൾ യാത്രക്കിടയിലെപ്പോഴോ കണ്ണ് തുറന്നു നോക്കി. അമ്മാമ്മ അവനെ കൈകൊണ്ടു യർത്തി മേൽമുണ്ടിന്റെ വിടവിലൂടെ കാറിനു പുറത്തെ ഇരു ട്ടിൽ ഒരു കാഴ്ച കാണിച്ചു കൊടുത്തു. അവിടെ വഴിയോ രത്തെ ഒരു കൊച്ചുവീട്ടിൽ നക്ഷത്രങ്ങൾ മിന്നിത്തിളങ്ങുന്നു. താഴെ ഒരു പുൽക്കൂട്. അവിടെയും ഉണ്ട് പല നിറത്തിലുള്ള വർണകുമിളകൾ. കുറേ ബലൂണുകളും. ആ പുൽക്കൂടിന്റെ ഉള്ളിൽ ഉണ്ണീശോ. അമ്മാമ്മ പതുക്കെ കാതിൽ പറഞ്ഞു.

'മോൻ കണ്ടോ....ഉണ്ണീശോ ദാ ആ പുൽക്കൂടിൽ...'

ഈ ഫ്രെയിം...ഈ ഒരൊറ്റ ഫ്രെയിം, ഇത് വെച്ചു പോൾ അന്ന് ഒരു ഉപന്യാസമങ്ങോട്ടെഴുതി. ക്രിസ്തുമസ്സിനെ കുറി ച്ചുള്ള ഗൃഹാതുരത്വചിന്തകളിൽ തുടങ്ങി അണുകുടുംബസി ദ്ധാന്തവും വൃദ്ധജനങ്ങളോട് പുതിയ തലമുറ കാണിക്കുന്ന ഉദാസീനതയും അത് ശരിവെക്കുന്ന ചില സമകാലീന സംഭ വങ്ങളിലേക്കും അത് കത്തിക്കയറി. സംഗതി ക്ലിക്കായി. പോളിന് ഉപന്യാസത്തിനു ഒന്നാം സമ്മാനം. പോരാത്തതിന് അത് വരെ സ്കൂളിൽ ആർക്കും കിട്ടാതിരുന്ന ഒരു 'ബുദ്ധി ജീവി' സ്റ്റാറ്റസും. പക്ഷേ ആ നേട്ടത്തിന്റെ ആഘോഷ

ങൾക്കെല്ലാം അപ്പുറം അന്ന് പോൾ തന്റെ അമ്മാമയെക്കു
റിച്ച് വല്ലാതെ ഓർത്തുപോയി. അറിയാതെ കണ്ണുകൾ ഈറ
നണിഞ്ഞപ്പോൾ ഒരു മേൽമുണ്ടിന്റെ ചൂട് തന്നെ ആവരണം
ചെയ്യുന്നതു പോലെ പോളിന് തോന്നി. കൂടെ ഓർമയിലെ
തന്റെ ആദ്യത്തെ ക്രിസ്തുമസ്സിന്റെ കുളിരും.

16. ഒന്നു പ്രാർത്ഥിക്കാമോ സേട്ടാ...?

ഡോക്ടർ പോളിന് വല്ലാത്ത മടുപ്പ് തോന്നി. കാർഡിയാക് ഐസിയുവിലെ പന്ത്രണ്ടു ബെഡിലും രോഗികളുണ്ടെന്ന് മാത്രമല്ല എല്ലാം സങ്കീർണമായ കേസുകൾ. നാലു പേർ വെന്റിലേറ്ററിൽ. രാത്രിയിൽ മൂന്നു ഡെത്ത് ഉണ്ടായിരുന്നു. ഇനി ഇന്ന് ഡ്യൂട്ടി കഴിയുന്നതിന് മുമ്പ് എത്ര പേരുടെ കൂടി

certify ചെയ്യേണ്ടി വരുമെന്നു അറിയില്ല. ഒരു ബംഗാളി പയ്യന്റെ കാര്യമാണ് ഏറ്റവും കഷ്ടം. ഇരുപതു വയസ്സേ ഉള്ളൂ. Myocarditis ആണ്. ഹൃദയത്തിന്റെ ഇടിപ്പ് പേരിനു ഉണ്ടെന്നു മാത്രം. ഇടിപ്പിന്റെ ശക്തി വളരെ കുറവ്.. ബിപി നിലനിർത്താനുള്ള മരുന്നുകൾ ഒന്നിന് പിറകെ ഒന്നായി പ്രവർത്തനരഹതമായി കൊണ്ടിരിക്കുന്നു. യൂണിറ്റ് റൗണ്ട്സി നിടയിൽ അവനെ വിശദമായി പരിശോധിച്ചതിന് ശേഷം യൂണിറ്റ് ചീഫ് പതിഞ്ഞ സ്വരത്തിൽ ആത്മഗതം പറഞ്ഞു.

'He has a very grave prognosis...'

ഐസിയു റൗണ്ട്സ് കഴിഞ്ഞു രോഗികളുടെ കൂട്ടിരിപ്പു കാരോട് രോഗവിവരങ്ങൾ ചീഫ് തന്നെ പറയുന്ന പതിവുണ്ട്. അവസാനമായി വന്നത് ആ പയ്യന്റെ ചേട്ടനാണ്. സാർ പറ ഞ്ഞത് മുഴുവൻ അയാൾ കൂപ്പുകൈകളോടെ നിന്നു കേട്ടു. ഇനി ദൈവത്തിന് മാത്രമേ എന്തെങ്കിലും ചെയ്യാൻ കഴിയു എന്നു കൂടി സാർ കൂട്ടിച്ചേർത്തു. അയാളുടെ കണ്ണുകൾ കല ങ്ങി. ഒന്നും മിണ്ടാതെ അയാൾ ഐസിയുവിൽ നിന്നു ഇറങ്ങി പോയി.

പനിയായിട്ടാണ് അവനെ മെഡിക്കൽ കോളേജിൽ കൊണ്ടുവരുന്നത്. ഹൃദയത്തെ ബാധിക്കുന്ന ഒരു തരം വൈ റൽ അണുബാധയാണ്. പെട്ടെന്നു വഷളായി. ഹിസ്റ്ററി എടു ത്തപ്പോൾ അറിയാൻ കഴിഞ്ഞു ഇവർ കുടുംബമായി ഇവിടെ വന്നിട്ട് കുറെ വർഷങ്ങളായി. അതുകൊണ്ടു തന്നെ മലയാളം നന്നായി അറിയാം. തുടക്കം മുതലേ ഈ ചേട്ടനാണ് കൂടെ. രാത്രിയും പകലും , എന്തെങ്കിലും ടെസ്റ്റിന് ബ്ലഡ് ലാബി ലേക്ക് അയാളുടെ കൈയ്യിൽ കൊടുത്തു വിട്ടാൽ അയാൾ അതുംകൊണ്ട് ഓടും. ലാബിൽ അതു കൊടുത്തേൽപ്പിച്ച് റിസൽട്ട് ആവുന്ന സമയം മനസ്സിലാക്കി അയാൾ തിരിച്ചുപട

വുകൾ ധൃതിയിൽ കയറി ഐസിയുവിന്റെ വാതിലിന് മുമ്പിൽ കാത്തുനിൽക്കും. പറയാതെ തന്നെ റിസൽറ്റ് വാങ്ങി സിസ്റ്ററുടെ കയ്യിൽ ഏൽപ്പിക്കും. എപ്പോഴും തൊഴുകൈയ്യാണ്. അവന്റെ വസ്ത്രം മാറ്റാനും ദേഹം തുടക്കാനും എല്ലാത്തിനും അയാളാണ്. ഈ ജോലിയൊക്കെ തൽക്കാലം കുടുംബത്തിലെ വേറെ ആരെയെങ്കിലും ഏൽപ്പിച്ചു കുറച്ചു നേരം വിശ്രമിച്ചു കൂടെ എന്നു ഡോ.പോൾ ഒരിക്കൽ അയാളോട് ചോദിച്ചതാണ്. കൈകൂപ്പി ഒന്നു മന്ദഹസിക്കുക മാത്രമായിരുന്നു മറുപടി.

പക്ഷേ ബെഡിൽ അവന്റെ കിടപ്പ് കണ്ടപ്പോൾ അയാൾക്കിനി അധികം നേരം ഇവിടെ കൂട്ടിരിപ്പുകാരനായി നിൽക്കേണ്ടി വരില്ലെന്ന് തോന്നി. മതിയായി ഡോ.പോളിന്. ചുറ്റിലും എന്തൊരു മൂകതയാണ്. കാതടപ്പിക്കുന്ന മൂകത. ഒരൽപ്പനേരത്തേക്കെങ്കിലും ഇതിൽ നിന്നു മാറി നിൽക്കണമെന്ന് തോന്നി. ഡോ.പോൾ പതുക്കെ ഐസിയുവിന്റെ വാതിൽ തുറന്നു പുറത്തേക്കിറങ്ങി. പ്രതീക്ഷിച്ചപോലെ തന്നെ അയാൾ വാതിൽക്കൽ അൽപ്പം മാറി കാത്തുനിൽപ്പുണ്ടായിരുന്നു. അയാൾ എന്തോ പറയാൻ എന്നോണം ഡോക്ടറിന്റെ അടുത്തേക്ക് വന്നു.

'ഭടാ സാബ് പറഞ്ഞല്ലോ ഇനി ഭഗവാന് മാത്രമേ അവനെ രക്ഷിക്കാൻ പറ്റൂ എന്ന്...'

ഡോ.പോൾ അക്ഷമനായി . ഇതെല്ലാം ഇനി എത്ര പ്രാവശ്യം ഇയാളോട് പറയണം. മനസ്സിലെ അസഹിഷ്ണുത വാക്കുകളാകുന്നതിന് മുമ്പേ അയാൾ പറഞ്ഞു.

'അവന് വേണ്ടി ഭഗവാനോട് ഒന്ന് പ്രാർത്ഥിക്കാമോ സേട്ടാ.....? ഞങ്ങൾക്ക് വേറെ ആരുമില്ല...'

അയാൾ കരഞ്ഞുകൊണ്ട് മതിലിൽ ചാരി നിന്നു. ഡോ. പോൾ ഒരു നിമിഷം മരവിച്ചു പോയി. ഉള്ളിൽ എന്തെല്ലാമോ കിടന്നു പുകയാൻ തുടങ്ങി.

ഒന്നു പ്രാർത്ഥിക്കാമോ....?

ഒരു കാലത്ത് ഡോ.പോൾ കണ്ടുമുട്ടുന്നവരോടെല്ലാം അവസാനം പറഞ്ഞിരുന്ന വാചകമാണ്.

'എന്നെയും അവളെയും കുഞ്ഞുങ്ങളെയും പ്രാർത്ഥന യിൽ ഓർക്കേണമേ...''

ആ കാലത്തു പോയ പള്ളികളിൽ ധ്യാന കേന്ദ്രങ്ങളിൽ കണ്ടുമുട്ടിയ സിസ്റ്റേഴ്സിനോട്, ബന്ധുക്കളോട്, പരിചയക്കാ രോട് എല്ലാവരോടും ഒരു സഹായം പോലെ യാചിച്ചിരുന്ന കാര്യം. ഏകദേശം ഒന്നരവർഷക്കാലത്തോളം. എല്ലാ ശ്രമ ങ്ങളും വിഫലമാകുന്നത് വരെ.

ഡോക്ടർ തിരിഞ്ഞു ഐസിയുവിന്റെ വാതിലിലേക്ക് നോക്കി. എന്തുകൊണ്ടോ അത് തുറക്കാൻ പോകുകയാ ണെന്ന് തോന്നി. വാതിൽ തുറന്നത് ഉള്ളിൽ നിന്നു ഡ്യൂട്ടി സിസ്റ്ററായിരുന്നു....'ഡോ.പോൾ...ആ പേഷ്യന്റ്' sinking ആണ്. ഒന്നു വേഗം വരൂ......'' ഡോക്ടർ അയാളുടെ മുഖ ത്തേക്ക് നോക്കി. അയാൾ കൂപ്പുകൈയ്യോടെ എഴുന്നേറ്റ് നിന്നു. ഡോ.പോൾ പതുക്കെ ഐസിയു വാതിൽ തള്ളി തുറന്നു അകത്തേക്ക് കയറി.

നീറോ ചക്രവർത്തിയുടെ ക്രൂരതയ്ക്ക് മുന്നിൽ മതപീഢ നത്തിന്റെ മൂർധന്യതയിൽ മനം മടുത്തു ഒരിക്കൽ പത്രോസ് ശ്ലീഹാ റോം വീട്ട് ഇറങ്ങിയതാണ്. കവാടത്തിൽ വെച്ചു ഒരാൾ തിരിച്ചു റോമിലേക്ക് കയറുന്നത് കണ്ടു. അത്

ക്രിസ്തുവാണെന്ന് മനസിലാക്കിയ പത്രോസ് അവിടത്തോട് ചോദിച്ചു.....

'Quo vadis Domine....?' (എങ്ങോട്ട് പോകുന്നു കർത്താവേ....)

'റോമിലെ തന്റെ കഷ്ടപ്പെടുന്ന ഒരു ജനതയുണ്ട്...അവരുടെ അടുത്തേക്ക്.'

ആ മറുപടിയിലെ ശക്തി പത്രോസിനെ തിരിച്ചു നടത്തിച്ചു. വിട്ടുവീഴ്ചകളില്ലാത്ത പുതിയ നിലപാടുകളിലേക്ക്, അത് അവസാനിക്കുന്നത് തന്റെ മരണത്തിലാണെങ്കിൽ പോലും.

ജീവിതത്തിൽ ഒരുവനെ 180 ഡിഗ്രിയിൽ തിരിച്ചു നിർത്തുന്ന ചില അനുഭവങ്ങളുണ്ട്. അത് ഒരു വാക്കാവാം. ഒരു പ്രവർത്തിയാകാം. ഒരു വ്യക്തിയാകാം. അത് അവന്റെ ജീവിതത്തെ കീഴ്മേൽ മറിക്കും. ഒരു പുതു ജന്മം. എല്ലാ അർത്ഥത്തിലും ഒരു മാമോദീസ.

അന്നായിരുന്നു ഡോക്ടർ പോളിന്റെ മാമോദീസ.

മാസം മൂന്ന് കഴിഞ്ഞു.

രണ്ടു ദിവസം മുമ്പ് ചേട്ടനും പൂർണ ആരോഗ്യവാനായി അനിയനും കൂടി ഡോക്ടർ പോളിനെ കാണാൻ ഒപിയിൽ വന്നിരുന്നു. വഴി മധ്യേ യൂണിറ്റ് ചീഫിനെ കണ്ടപ്പോൾ രണ്ടു പേരും തൊഴുകൈകകളോടെ പ്രണമിച്ചു. പുഞ്ചിരിച്ചുകൊണ്ട് അവരുടെ കൈകൾ രണ്ടും തന്റെ നെഞ്ചിനോട് ചേർത്ത് പിടിച്ച് ചീഫ് പറഞ്ഞു "ചെല്ലൂ....നിങ്ങൾക്ക് കാണേണ്ട ഡോ. പോൾ ഒപിക്കകത്തുണ്ട്."

17. മഴയോർമ്മകൾ

മഴ ഒരു അനുഭൂതിയാണ്. കുളിരുന്ന, മറ്റു ചിലപ്പോൾ ഭയപ്പെ
ടുത്തുന്ന ഒരു അനുഭൂതി. ആകാശസീമകളിൽ നിന്ന് തുടങ്ങി,
കാതങ്ങൾ സഞ്ചരിച്ച് അവസാനം വേനൽ ചൂടിൽ വരണ്ടു
കിടക്കുന്ന ഭൂമിയെ വന്നു സ്പർശിക്കുമ്പോൾ, അത് ഉള്ളു
തണുപ്പിക്കുന്ന ജീവജലം. പേമാരിയും കൊടുങ്കാറ്റും ചേർന്ന്
തോരാമഴ പെയ്യിച്ച് പുഴകവിഞ്ഞ് നാടും വീടും കാണാതാവു
മ്പോൾ അത് പ്രാണനണയ്ക്കുന്ന സർവ്വതും ഗ്രസിക്കുന്ന
സംഹാരജലം. പക്ഷെ , പോളിന്, മഴ എന്നും ഓർമ്മകളുടെ
ഒരു തോരാപെയ്ത്താണ്. ഇന്നും, മഴ പെയ്യുമ്പോൾ അയാൾ
പുറത്തേക്ക് നോക്കി നിൽക്കുന്നത് കാണാം. വീടിനു
മുന്നിലെ കനാലിലൂടെ പെയ്ത്തു വെള്ളം കുത്തിയൊഴുകി

മറയുമ്പോൾ അയാളുടെ കണ്ണുകളിൽ ഓർമകളുടെ തിരയിള ക്കമാണ്. കരിയിലകൾ ചെറുതോണികളായി ഒഴുകാൻ തുട ങ്ങുമ്പോൾ അയാൾ അതിലൊന്നിലേറി ഭൂതകാലത്തേക്ക് പോകും... എഴാം കടലിനുമക്കരെ ഓർമകളുടെ തീരത്തേ ക്ക്...

നാലു വയസ്സുള്ള കുഞ്ഞുപോളിന് മഴയെ പേടിയായിരു ന്നു. ഇടിയും മിന്നലും കാറ്റിന്റെ ശക്തിയിൽ ജനൽ അടയുന്ന ശബ്ദും...പ്രത്യേകിച്ച് രാത്രി മഴ...അതിൽ നിന്നും മാറ്റം വന്നത് പോൾ ഒരിക്കൽ അവന്റെ അമ്മച്ചിയുടെ തറവാട്ടുവീ ട്ടിൽ താമസിക്കാൻ പോയപ്പോളാണ്. അവിടെ ഒരുപാട് കുട്ടി കൾ ഉണ്ടാകുമായിരുന്നു. രാത്രി മഴപെയ്യാനും ഇടി വെട്ടാനും തുടങ്ങുമ്പോൾ, അവന്റെ അമ്മാമ്മ കുട്ടികളെ എല്ലാവരെയും അരികത്തു ചേർത്ത് നിർത്തി പതുക്കെ പറയും.....

'ആരും പേടിക്കണ്ട...ഇത് തമ്പാച്ഛന്റെ മഴയാണ്...'

പോളിന് കിട്ടിയ ആദ്യത്തെ വേദോപദേശമായിരുന്നു അത്. തമ്പാച്ഛന്റെ മഴ....മഴ പെയ്യിക്കുന്ന ദൈവം....കുഞ്ഞു പോളിന്റെ കണ്ണുകൾ വിടർന്നു. പൂക്കൾ വെച്ചു അലങ്കരി ക്കുന്ന വിഗ്രഹങ്ങൾക്കും ഫോട്ടോകൾക്കു അപ്പുറം ജീവി ക്കുന്ന ഒരു സാന്നിധ്യമാണ് ദൈവം എന്ന തിരിച്ചറിവ് പോളിന് അന്നുണ്ടായി. വീശിയടിക്കുന്ന കാറ്റിൽ തെങ്ങും പനയുമെല്ലാം സംഹാരതാണ്ഡവമാടുമ്പോൾ ഇപ്പോഴും ഈ വാക്കുകൾ പോളിന് ഓർമ വരും...

"പേടിക്കണ്ട, ഇത് തമ്പാച്ഛന്റെ മഴയാണ്..."

കാലവർഷം പെയ്യാൻ തുടങ്ങിയാൽ പണ്ട് വീടിനു പുറത്തു ഇടവഴികളിൽ വെള്ളം കയറുമായിരുന്നു. പിന്നെ മീൻപിടുത്തത്തിന്റെ കാലമാണ്. കരിപ്പിടിയും മുഷിയുമായി

രുന്നു പ്രധാന മീനുകൾ. ആദ്യം തന്നെ മൺവെട്ടിയും എടുത്ത് ഇറങ്ങും. കണ്ട വാഴയുടെയും തെങ്ങിന്റെയും തടത്തിൽ കിളച്ച് മണ്ണിരകളെ പുറത്തെടുക്കും. അത് പഴയ മോഡേൺ ബ്രഡ്ഡിന്റെ കവറിലാക്കി കെട്ടിവെക്കും. കൃഷ്ണന്റെ പീടികയിൽ പല വലിപ്പമുള്ള ചൂണ്ടയും നൂലും കിട്ടും. ഏറ്റവും ചെറിയ ചൂണ്ടയാണ് എപ്പോഴും വാങ്ങിക്കാറ്. കരിപ്പിടിക്ക് അതാണ് ബെസ്റ്റ്. വീട് ഉയർന്ന പ്രതലത്തിൽ ആയതുകൊണ്ട് മതിലിന്റെ അരികിൽ നിന്നാൽ തന്നെ അപ്പുറത്തെ ഇടവഴിയിലേക്ക് ചൂണ്ടയിടാം. പിന്നെ റോഡിനു കുറുകെയുള്ള കനാലിലും മീൻ പിടിക്കാം. ഒരിക്കൽ ഒരു പ്രത്യേകതരം മീനെ കിട്ടി. വശങ്ങളിൽ തിളങ്ങുന്ന നീല നിറമുള്ള ഗുരാമി മീനുകളെ പോലെ ഒന്ന്. ഫ്രിഡ്ജിനു മുകളിലെ ഹോർലിക്സ് കുപ്പിയിൽ അതിനു പ്രത്യേക വാസസ്ഥലമൊരുക്കി.

1996 ൽ ആണ് അഴകിയ രാവണൻ സിനിമ റിലീസ് ആയത്. അതിലെ പാട്ടുകൾ വലിയ ഹിറ്റായിരുന്നു. ദൂരദർശനിലെ ചിത്രഗീതം പരിപാടിയിൽ ഒരിക്കൽ ആ പാട്ട് കണ്ടു. 'പ്രണയ മണി തൂവൽ പൊഴിയും പവിഴ മഴ...' എന്ന് തുടങ്ങുന്ന ഗാനം. അന്ന് കഷ്ടിച്ച് 11–12 വയസ്സ് കാണും. ഭാനുപ്രിയ മഴയത്തു നനഞ്ഞു കുതിർന്ന് ആടി അഭിനയിച്ച ഗാനരംഗങ്ങൾ. കുഞ്ഞുപോളിന്റെ മസ്തിഷ്കത്തിൽ ചില ഞരമ്പുകൾ വരിഞ്ഞുമുറുകി. ഇതുവരെ ഇങ്ങനെ ഒരു അനുഭൂതി ഉണ്ടായിട്ടില്ല. എവിടെയോ എന്തൊക്കെയോ മാറിയത് പോലെ....വല്ലാത്ത ഒരു അസ്വസ്ഥത , ഒരു പരവേശം...ഇതുവരെ ജീവിച്ചത് ഒരു ജീവിതമായിരുന്നില്ല എന്ന തോന്നൽ.....ക്ലാസ്സിൽ ഇത് വരെ അടിവെച്ചുകൊണ്ടിരുന്ന പെൺകുട്ടികൾക്ക്

എന്തൊക്കെയോ ഒരു പ്രത്യേകതകൾ ഇപ്പോൾ ഉള്ളത് പോലെ.....ഇതുവരെ തോന്നാത്ത ഒരു ആകർഷണീയത. കുഞ്ഞുപോൾ അറിയാതെ തന്നെ വലിയപോൾ ആയിമാറു കയായിരുന്നു. ഇന്ന് മഴപെയ്യുമ്പോൾ സത്യമായും പോൾ ഭാനുപ്രിയയെ ഓർക്കാറില്ല. പക്ഷെ അവൾ തട്ടിയുണർത്തിയ ഒരു കൗമാരകാലത്തിനെ എങ്ങനെ ഓർക്കാതിരിക്കാൻ കഴി യും.

പെൺകുട്ടികളോടും സ്ത്രീകളോടും തോന്നിയ ആ ഒരു ആകർഷണം ഒരു വലിയ തോതിൽ ഇടയ്ക്കു കുറഞ്ഞുപോ യി. അതും ഒരു മഴകാലത്താണ് നടന്നത്. സ്കൂൾ തുറന്ന് അധികം ദിവസമായിരുന്നില്ല...മഴ തകർത്തു പെയ്യുകയാണ്... ക്ലാസ്സ് തുടങ്ങി ഒരൽപ്പം കഴിഞ്ഞാണ് ആ പെൺകുട്ടി ക്ലാസ്സി ലേക്ക് വന്നത്...കരഞ്ഞുകൊണ്ട് ...വല്ലാതെ മഴ നനഞ്ഞിട്ടു ണ്ട്. അതുകൊണ്ടാണ് കരയുന്നത് എന്ന് എല്ലാരും കരുതി. പക്ഷെ മുൻ ബെഞ്ചിലിരുന്നവർ മാത്രം കണ്ടു. മുട്ടിനു താഴെ കണംകാലുവരെയുള്ള രക്തപാടുകൾ. ക്ലാസ്സ് ടീച്ചർ അറ്റൻഡൻസ് എടുക്കുന്നത് നിർത്തി കുട്ടിയെ ഉടനെ സ്റ്റാഫ് റൂമിലേക്ക് കൊണ്ടുപോയി. കുറച്ചു കഴിഞ്ഞപ്പോളറിഞ്ഞു.... അവളുടെ അമ്മ വന്ന് അവളെ കൂട്ടികൊണ്ട് പോയെന്ന്. സംഭ വിച്ചതെന്താണെന്ന് മനസ്സിലാവാത്ത നിഷ്കളങ്കരുടെ കൂട്ട ത്തിലായിരുന്നു പോൾ. ക്ലാസ്സിലെ വിരുതൻമാർ പൊടിപ്പും തൊങ്ങലും വെച്ചു കാര്യങ്ങൾ മറ്റു ആൺകുട്ടികൾക്ക് വിവ രിച്ചു കൊടുത്തു. കേട്ട് കഴിഞ്ഞപ്പോൾ അറപ്പാണ് പോളിന് ആദ്യം തോന്നിയത്. അറപ്പ് വെറുപ്പാവാൻ അധിക നേരം ആർക്കും വേണ്ടി വന്നില്ല...ഇത് ഒരു ക്ലാസ്സിൽ നിന്നും മറ്റു ക്ലാസ്സുകളിലേക്കും പടർന്നു...പാവം ചില പെൺകുട്ടികളെ

ചിലർ അർത്ഥം വെച്ചു കളിയാക്കി. അവർ ക്ലാസ് ടീച്ചറോടു പറഞ്ഞു. പ്രതിസന്ധി എങ്ങനെ കൈകാര്യം ചെയ്യണമെന്നറി യാതെ അവർ വിഷമിച്ചു. രണ്ടു മൂന്നു ദിവസം അങ്ങനെ പോയി. പക്ഷെ, നാലാം ദിവസം എല്ലാത്തിനും വിരാമമുണ്ടാ യി. കണക്ക് പഠിപ്പിക്കുന്ന ടീച്ചർ, ലീവ് ആയ ടീച്ചറിന് പകരം വന്നതായിരുന്നു. ക്ലാസ് കഴിഞ്ഞപ്പോൾ ടീച്ചർ ചോദിച്ചു.

'ആരുടെ പീരീഡ് ആണ് അടുത്തത്...എന്റേതാണോ...?

അധികമൊന്നും പറയാത്ത ഒരുത്തൻ വാതുറന്നു.

'ടീച്ചറിന്റെ അടുത്ത പീരീഡ് എപ്പോഴാണെന്ന് ടീച്ചർക്ക് തന്നെയല്ലെയറിയൂ....'

ആൺകുട്ടികളുടെ ഇടയിൽ അടക്കിയ ഒരു ചിരി പൊട്ടി. ടീച്ചർ മരവിച്ചുപോയി. അവർ ഒന്നും മിണ്ടാതെ പുസ്തകമെ ടുത്ത് സ്റ്റാഫ് റൂമിലേക്ക് പോയി. ഒരൽപനേരം കഴിഞ്ഞി പ്പോൾ സെക്ഷൻ ഹെഡും ക്ലാസ് ടീച്ചറും പ്രിൻസിപ്പലിന്റെ ഒഫീസിലേക്ക് പോകുന്നത് കണ്ടു. ആ കമന്റ് പറഞ്ഞവന്റെ കഥ കഴിഞ്ഞു എന്ന് എല്ലാവരും കരുതി. ഇനി ഇപ്പോൾ തന്നെ പ്രിൻസിപ്പലിന്റെ പ്യൂൺ വരും. അവനെ കൂട്ടികൊണ്ട് പോവും...പിന്നെ അവന്റെ അന്ത്യ കൂദാശയായിരിക്കും. പ്രതീ ക്ഷിച്ചപോലെ തന്നെ അഞ്ചുമിനിറ്റിനുള്ളിൽ പ്യൂൺ വന്നു. പക്ഷെ അയാൾ പറഞ്ഞ കാര്യം കേട്ടപ്പോൾ എല്ലാവരും അമ്പരന്നു.

'എല്ലാ കുട്ടികളും ഉടനെ വരി വരിയായി ഗ്രൗണ്ടിൽ വര ണം. Emergency School Assembly'.

അയാൾ ഓരോ ക്ലാസ്സിലും കയറിയിറങ്ങി പറയുകയാ ണ്. ഗ്രൗണ്ടിൽ എത്തിയപ്പോൾ അറിഞ്ഞു. അഞ്ചാം ക്ലാസ്സിനു

മുകളിലുള്ളവർക്ക് മാത്രമാണ് അസംബ്ലി. മഴ ചെറുതായി പൊടിയുന്നുണ്ടായിരുന്നു. പക്ഷേ ആകാശം തെളിഞ്ഞു തന്നെ നിന്നു. എല്ലാവരും നിരന്നു കഴിഞ്ഞപ്പോൾ പ്രിൻസി പ്പൽ പതുക്കെ നടന്നു വരാൻ തുടങ്ങി. എല്ലാവരും ശ്വാസം അടക്കിപിടിച്ചു നിന്നു. ആകാശം പിന്നെയും മേഘാവൃതമാ യി. മഴ ആഞ്ഞുപെയ്യാൻ ഒരുക്കം കൂട്ടുന്നത് പോലെ...

പ്രിൻസിപ്പലിനെ കുറിച്ച് ഒരു മുഖവുര ഇവിടെ അത്യാവ ശ്യമാണ്. പോൾ ജീവിതത്തിൽ കണ്ടത് വെച്ച് ഏറ്റവും ശക്ത മായ വ്യക്തിത്വത്തിന് ഉടമയായിരുന്നു അവർ. ഏകദേശം ഒരു അറുപത് വയസ് പ്രായം വരും. നാലു കുട്ടികളുണ്ട്... ഭർത്താവ് എഴുപത്തിയൊന്നിലെ ഇന്ത്യ പാകിസ്താൻ യുദ്ധ ത്തിൽ മരണമടഞ്ഞു. പിന്നെയവർ ഈ നാലുകുട്ടികളെയും കൊണ്ട് നാട്ടിൽ തിരിച്ചെത്തി ജീവിതത്തിൽ പൊരുതാൻ തുട ങ്ങി. സ്കൂൾ തുടങ്ങി, ആദ്യം വീടിനോട് തന്നെ ചേർന്ന് ഒരു നഴ്സറി സ്കൂൾ, പിന്നെ പടിപടിയായി ഓരോ കെട്ടിടങ്ങൾ... അങ്ങനെ കഷ്ടപ്പെട്ട് ഇന്നത്തെ വലിയ സ്കൂളാക്കി മാറ്റി. അവരുടെ ഒരു സാധാരണ ദിവസത്തെ അസംബ്ലി തന്നെ സോഷ്യൽ സയൻസ് പാഠപുസ്തകത്തിലെ ഒരു അധ്യായ ത്തിന് തുല്യമാണ്. അപ്പോഴാണ് ഈ സംഭവം. ചിലപ്പോൾ അവർ വല്ലാതെ ദേഷ്യപ്പെടാറുണ്ട്. ടീച്ചർമാർക്കും കുട്ടി കൾക്കും അവരോട് ഒരു പോലെ പേടിയും ബഹുമാനവുമാ യിരുന്നു.

പോൾ ഒരുപാട് നല്ല പ്രസംഗങ്ങൾ പിന്നീട് കേട്ടിട്ടുണ്ട്. കോളേജിലും അല്ലാതെയും. പക്ഷേ അന്ന് സ്കൂളിൽ കേട്ട അരമണിക്കൂർ നീണ്ട ആ പ്രസംഗം ജീവിതത്തിൽ ഒരിക്കലും അയാൾ മറക്കില്ല. മഴ കനം വെച്ചതുപോലും ആരും ശ്രദ്ധിച്ചി

ല്ല. അത്രക്ക് മൃദുലമായിരുന്നു അവരുടെ വാക്കുകൾ, തികഞ്ഞ ശാന്തതയോടെ ഒരു കഥ പറയുന്നത് പോലെ അവർ പറഞ്ഞുതുടങ്ങി. ദൈവത്തെ കുറിച്ചാണ് അവർ ആദ്യം സംസാരിച്ചത്. ദൈവത്തിന്റെ സ്നേഹത്തെക്കുറിച്ച്, അവിടുത്തെ കരവിരുതിനെ കുറിച്ച്. അവിടുത്തെ സൃഷ്ടി കളെ കുറിച്ച്. ആണും പെണ്ണുമായി ദൈവം എന്തിനാണ് മനു ഷ്യനെ സൃഷ്ടിച്ചത്. എന്താണ് ആർത്തവം-ആ രക്തം എവിടെ നിന്നും വരുന്നു. എന്തുകൊണ്ട് അങ്ങനെ സംഭവി ക്കുന്നു. ആ ദിവസങ്ങളിൽ സ്ത്രീകൾ എന്ത് ചെയ്യും... അങ്ങനെ ഒരു ബയോളജി ടീച്ചർ പോലും മുക്കിയും മൂളയും ക്ലാസ്സിൽ പറയാൻ മടിക്കുന്ന കാര്യങ്ങൾ അവർ തുറന്നു പറ ഞ്ഞു.... പോളിന് കിട്ടിയ രണ്ടാമത്തെ വലിയ വേദോപദേശ മായിരുന്നു അത്. മഴ പെയ്യിക്കുന്ന ദൈവം ഒരു കലാകാരൻ കൂടിയാണെന്ന തിരിച്ചറിവ്. ബയോളജി പുസ്തകങ്ങളിൽ വിരസതയോടെ വായിച്ചിരുന്ന കാര്യങ്ങൾ പരീക്ഷപേപ്പറിൽ ഉത്തരങ്ങൾ എഴുതാൻ വേണ്ടി മാത്രമല്ല പക്ഷെ മനുഷ്യരാ ശിക്കു മുഴുവനും വേണ്ടിയുള്ള ഒരു സുവിശേഷമാണെന്ന്....

അസംബ്ലി കഴിയാറായപ്പോഴേക്കും മഴ ശക്തിയാർജ്ജി ച്ചു. പക്ഷെ ആ മഴ പെയ്ത്തിൽ ഒലിച്ചുപോയത് ഒരുപാട് തെറ്റിദ്ധാരണകളായിരുന്നു. മഴതോർന്നു വെയിലുവന്നപ്പോൾ എല്ലാവർക്കും മാനം തെളിഞ്ഞതിനോടൊപ്പം മനസ്സും തെളി ഞ്ഞതുപോലെ...ഡോക്ടർ പോൾ മെഡിക്കൽ കോളേജിൽ പഠിക്കുമ്പോൾ ഈ വിഷയങ്ങളിൽ പൊതു സദസുകളിൽ ഒരു മടിയും കൂടാതെ ക്ലാസ്സുകൾ എടുത്തിട്ടുണ്ട്. പക്ഷെ ഒരു പരിധി വരെ ജൈവശാസ്ത്രമെന്ന ദൈവശാസ്ത്രത്തെ കൂടു തൽ ഇഷ്ടപ്പെടാനും അതിൽ കൂടുതൽ ഗഹനമായ പഠന

ത്തിലേക്കു പോകാൻ പ്രേരിപ്പിച്ചതും അന്നത്തെ ആ മഴ ന

നഞ്ഞു കേട്ട ഒരു പ്രസംഗമാണെന്ന് പറയാതെ വയ്യ....

18. ചില കോഴിക്കോടൻ ഉഡായി പ്പുകൾ......നന്മകളും

സാധാരണ ഇത്തരം സന്ദർഭങ്ങളിൽ എനിക്ക് കലി കേറാറു ള്ളതാണ്. അവിടെ ഇവിയെല്ലാം ഓടി അന്വേഷിച്ചു scene കോൺട്രയാക്കും. പക്ഷെ ഇപ്രാവശ്യം അതുണ്ടായില്ല. മറിച്ച് ഒരു കൗതുകമാണ് തോന്നിയത്. കോഴിക്കോട് പിന്നെയും എന്നെ അമ്പരപ്പിക്കാൻ പോകുകയാണ് എന്ന തോന്നൽ.

സംഭവം ഇതാണ്...OP കഴിഞ്ഞ് ഉച്ചക്ക് തിരിച്ചു വന്നു നോക്കുമ്പോൾ ബൈക്ക് വെച്ചിരുന്ന സ്ഥലത്തു ബൈക്ക് മാത്രമേയുള്ളൂ......ഹെൽമറ്റ് ഗായബ്......മറ്റുള്ളവരുടെയെല്ലാം ഹെൽമറ്റ് അവിടെ ഉണ്ട് താനും. കണ്ണുകളിൽ നിന്നും അഗ്നി ജ്വാലകൾ ഉയരാൻ തുടങ്ങി. ഒരു Royal Enfield

Thunderbird ബൈക്കിന്റെ മുകളിൽ അൽപം അഹങ്കാര ത്തോടെ ഇരുന്നിരുന്ന ആ ഹെൽമെറ്റ് എടുക്കാൻ മാത്രം ഏതു കള്ളനായിരിക്കും ധൈര്യം വന്നിട്ടുണ്ടാവുക. റോഡിന്റെ നടു ക്കൂടെ പോവുമ്പോൾ പിന്നിൽ വരുന്ന വണ്ടി ഹോൺ പോലും അടിക്കാൻ പേടിച്ച് overtake ചെയ്യാതെ ബഹുമാനാ ദരങ്ങളോടെ പിന്നാലെ വരുത്തുന്നതാണ് Thunderbird ഇന്റെയും Bullet ഇന്റെയും ഒക്കെ പാരമ്പര്യം.

ഇതിപ്പോ...തീ ആളിക്കത്താൻ തുടങ്ങി, ചുറ്റും നോക്കി. ദാ ഇരിക്കുന്നു തൊട്ടടുത്ത കടയ്ക്കു മുന്നിൽ ഒരു വേലയില്ലാ പട്ടധാരി.... എന്റെ നോട്ടം കണ്ടപ്പോൾ തന്നെ അയാൾ എഴു ന്നേറ്റ് ചോദിച്ചു.

'എന്ത് പറ്റി സാർ......'?'

കാര്യം അറിഞ്ഞ പാടെ അയാൾ ചിരിച്ചു.....

'അത് ഇവിടെ ജംഗ്ഷനിൽ ഇന്ന് രാവിലെ പോലീസ് ചെക്കിങ് ഉണ്ടായിരുന്നു... ആരെങ്കിലും എടുത്തതാവും....കു റച്ചു കഴിയുമ്പോൾ അവര് തന്നെ തിരിച്ചുകൊണ്ട് വന്നു വെച്ചുകൊള്ളും.'

പറഞ്ഞത് മനസിലാവാത്ത വണ്ണം ഞാൻ ഒന്നുകൂടെ ചോദിച്ചു.

'എങ്ങനെ......?'

'വരും സാർ, കൊണ്ട് പോയ ആള് തന്നെ തിരിച്ചുകൊണ്ട് വരും സാർ....'

ഇനി ഇവൻ തന്നെ അടിച്ചുമാറ്റി ഇവൻ തന്നെ കുറച്ചു കഴിയുമ്പോ തിരിച്ചുകൊണ്ട് വെക്കാനാണോ.....ബഷീറിന്റെ കഥയിലെ പോക്കറ്റടിക്കാരനെ പോലെ......ഞാൻ അയാളുടെ

മുഖത്തേക്ക് സൂക്ഷിച്ചു നോക്കി. ആ നിമിഷം തന്നെ സംശയം മാറി..... കള്ളൻ ഇവനല്ല. കാരണം കള്ളന്മാരുടെ കവിളത്തു സാധാരണയായി കണ്ടു വരാറുള്ള ഉണക്കമുന്തിരി വലിപ്പത്തിലുള്ള കറുത്ത മറുക് ഇവനില്ല.

'ഇവിടെ CC TV ഉണ്ടോ......?' ഞാൻ വിട്ടില്ല.

'ഉണ്ട്, പക്ഷെ കേടാണ്. സാർ പേടിക്കണ്ട, ഇവിടെ അങ്ങനെ ആരും ഒന്നും കട്ടോണ്ടു പോവില്ല....' മീശമാധവൻ, അതെ മീശമാധവനിലെ dialogue ഓർമ്മ വന്നു,' മാധവൻ കട്ടതൊന്നും ചേക്കു വിട്ടു വെളിയിൽ പോയിട്ടില്ല....'

ഇനി എന്ത് ചെയ്യാൻ....ബൈക്ക് അവിടെ തന്നെ വെച്ചു ഞാൻ പതുക്കെ നടന്നു. സന്തോഷം വരുമ്പോഴും സങ്കടം വരുമ്പോഴും ചെയ്യാറുള്ളത് തന്നെ അന്നും ചെയ്തു. നല്ല ഒരു ഊണ് കഴിച്ചു. പോറ്റി ഹോട്ടൽ ഒന്ന് മാറ്റിപിടിച്ചു.... അങ്ങോട്ട് ബൈക്ക് ഇല്ലാതെ പോവാൻ പറ്റില്ല.....അതുകൊണ്ട് Medical College ജംഗ്ഷനിൽ ഉള്ള പുതിയ Food Co ഹോട്ടലിൽ പോയി ഇരുന്നു. ചോറ്, സാമ്പാർ, മീൻ കറി, ഉപ്പേരി,അച്ചാർ, പപ്പടം പായസം.... വില അൻപതു രൂപ....ബലേ ഭേഷ്. രണ്ടാ മതും ഒരു പറ ചോറിട്ടു. നല്ല സ്വാദ്. കള്ളൻ തിരിച്ചു വന്ന് ഹെൽമെറ്റ് വെക്കാൻ സമയം കൊടുക്കാനായി പതുക്കെ യാണ് കഴിച്ചത്. ഇറങ്ങുമ്പോൾ ഒരു കപ്പലണ്ടി മിഠായിയും നിഷ്കരുണം അകത്താക്കി. മന്ദം മന്ദം ബൈക്ക് ഇരിക്കുന്ന സ്ഥലം ലക്ഷ്യമാക്കി നടന്നു..... ദൂരെ നിന്നെ ഞാൻ കണ്ടു..... ചുവന്ന ബൈക്കിനു മുകളിൽ ഒരു കറുത്ത വസ്തു. വെയി ലത്ത് കണ്ണ് മഞ്ഞളിക്കുന്നതാണോ......അല്ല അത് ഹെൽമെറ്റ് തന്നെ..... അടുത്തെത്തിയപ്പോൾ വേലയില്ല പട്ടധാരി ചിരിച്ചു കൊണ്ട് ചോദിച്ചു.

'ഞാൻ അപ്പഴേ പറഞ്ഞില്ലേ സാർ......'

സുവിശേഷങ്ങളിലെ നല്ല കള്ളനെ കുറിച്ച് ഞാൻ വായി ച്ചിട്ടുണ്ട്..... സുവിശേഷത്തിൽ അങ്ങനെയില്ലെങ്കിലും ദൈവ ശാസ്ത്രജ്ഞർ അയാളെ ദിസ്മസ് എന്നാണ് വിളിക്കുന്ന ത്....ലോകത്തിന്റെ കണക്കിൽ കൊടൂര പാപിയാണയാൾ.....മ രുഭൂമിയിൽ ഒളിച്ചിരുന്ന് യാത്രക്കാരെ ആക്രമിച്ചിരുന്നവൻ, സ്വന്തം സഹോദരനെ വരെ കൊന്നവൻ...ഇന്നയാൾ St.ദിസ്മ സാണ്. മരണത്തിനു തൊട്ടുമുമ്പുള്ള മണിക്കൂറുകളിൽ പരി ചയപ്പെട്ട ഒരു വ്യക്തി.....അയാളിൽ നിന്നും ഗമിച്ച പ്രകാശ ത്തിന്റെ തീവ്രതയിൽ അയാളുടെ മുമ്പാകെ നടത്തിയ ഒരു ഏറ്റുപറച്ചിൽ....അവസാനം പറഞ്ഞ ഒരു വാചകം കൊലപാ തകിയെ വിശുദ്ധനാക്കി.

'Remember me, Jesus, when you come as King...'

എന്റെ ഈ കഥക്ക് നല്ല കള്ളനുള്ള ഒരു വാഴ്ത്തായി ഘോഷിക്കാനുള്ള പാങ്ങൊന്നുമില്ല എന്നെനിക്കറിയാം.... പക്ഷെ കോഴിക്കോട് പിന്നെയും എനിക്ക് കാണിച്ചുതരികയാ ണ്.... ചില തെണ്ടിത്തരങ്ങൾ നന്മകളിലും അവസാനിക്കാറു ണ്ടെന്ന്. ഇന്ന് മിഴിപൂട്ടുന്നതിനു മുൻപ് ഞാൻ എന്റെ കുഞ്ഞു ങ്ങൾക്ക് ഒരു കള്ളന്റെ കഥ പറഞ്ഞുകൊടുക്കും. ഹെൽമറ്റ് തിരിച്ചുകൊണ്ട് വന്നു വെച്ച് എന്നെ അതിശയിപ്പിച്ച ഒരു വ്യക്തിപ്രഭാവത്തിന്റെ പ്രകാശത്തിൽ അകമേ അടി മുടി മാറിയ ഞാനെന്ന കള്ളന്റെ കഥ.....

19. അവധിക്കാലം

വീണ്ടുമൊരു അവധിക്കാലം വരികയാണ്. കോവിഡ് ലോക്ഡൗൺ കാരണം അവിചാരിതമായി സ്കൂൾ പൂട്ടിയത റിഞ്ഞ് ആർത്തലച്ചുല്ലസിക്കുന്ന പിള്ളേരുടെ സന്തോഷം കാണുമ്പോൾ ഓർമകളുടെ ചുരുളുകളഴിയുകയാണ്. പതിറ്റാ ണ്ടുകൾ പിന്നിലേക്ക്....

പരീക്ഷകൾ തുടങ്ങുന്നതിന്റെ തലേന്ന് ചെയ്യുന്ന ഒരു ആചാരമുണ്ട്. ടൈംടേബിൾ അനുസരിച്ചു പുസ്തകങ്ങൾ മേശയിൽ അടുക്കി വയ്ക്കും. ഏറ്റവും അവസാനത്തെ പരീ

ക്ഷയുടെ പുസ്തകങ്ങൾ താഴെ, നാളത്തേതു ഏറ്റവും മുക
ളിൽ അങ്ങനെ അങ്ങനെ, ടെക്സ്റ്റ് ബുക്കുകൾക്കു ഒരു
അടുക്ക് നോട്ടു പുസ്തകങ്ങൾക്ക് മറ്റൊന്ന്, ആചരം കഴിയു
മ്പോൾ അടുത്ത ഓരാഴ്ചയിൽ കയറേണ്ട മലയുടെ ഉയരം
ഏകദേശം മനസിലാവും. പിന്നീടുള്ള ദിവസങ്ങളിൽ പരീക്ഷ
കഴിഞ്ഞു വീട്ടിലെത്തുമ്പോൾ ആദ്യം ചെയ്യുന്നത് കഴിഞ്ഞ
പരീക്ഷയുടെ പുസ്തകങ്ങൾ എടുത്തു മാറ്റുക എന്നതാണ്.
പക്ഷെ ഓണപ്പരീക്ഷക്കും അരക്കൊല്ലത്തിനും, കൊല്ല
പരീക്ഷ വച്ചു നോക്കുമ്പോൾ ഒരു വ്യത്യാസമുണ്ട്... ആദ്യ
ത്തേത് രണ്ടിനും പുസ്തകങ്ങൾ പോകുന്നത് തിരിച്ചു ബാഗി
ലേക്കാണെങ്കിൽ അവസാനത്തേതിന് പോകുന്നത് അലമാര
യിലേക്കാണ്. ദിവസങ്ങൾ കഴിയുന്തോറും മേശമേൽ
ന്യൂയോർക്കിലെ ഇരട്ട ഗോപുരങ്ങൾ പോലെ ഉയർന്നു നിന്ന
ആ കള്ളികൾ മെഴുകുതിരി ഉരുകുന്നത് പോലെ ഉയരം
കുറഞ്ഞു കുറഞ്ഞു വരും. പകരം അലമാരക്കുള്ളിൽ പുതിയ
കെട്ടിടത്തിന്റെ പണി തകൃതിയാണ്. പരീക്ഷ കഴിയുന്ന
ദിവസം അവസാന പുസ്തകവും വെച്ചു അലമാര അടക്കു
മ്പോൾ കുറേ കാലമായി തന്നെ ശല്യം ചെയ്തുകൊണ്ടിരുന്ന
കള്ളിയങ്കാട്ടുനീലിയെ തളച്ച കടമറ്റത്തു കത്തനാരുടെ പ്രതീ
തിയാണ്. (മേൽപറഞ്ഞ രണ്ടുപേരെയും പരിചയപ്പെട്ടത്
വർഷങ്ങൾക്ക് ശേഷം ഏഷ്യാനെറ്റിൽ സീരിയൽ തുടങ്ങിയ
പ്പോഴാണെങ്കിൽ പോലും)

അവധിക്കാലത്തിന്റെ ആദ്യത്തെ ഒരു ബഹളം കഴി
ഞ്ഞാൽ ദിവസവും കുറച്ചു നേരം ചെലവഴിച്ചിരുന്ന വീട്ടിലെ
ഒരു മുറിയുണ്ടായിരുന്നു. ഞാനൊഴികെ വേറെ ആരും പ്രവേ
ശിക്കാത്ത ഒരു രഹസ്യ അറ (വെളിച്ചം പോലും) മുകളി

ലത്തെ പച്ച ബെഡ്റൂമിലെ ഇപ്പോഴത്തെ ബാത്റൂം. തെറ്റിദ്ധ
രിക്കേണ്ട. പണ്ട് അതു ഒരു സ്റ്റോർ റൂം ആയിരുന്നു. വീട്ടിലെ
മറ്റിടങ്ങളിലെ പൊടിയോടെല്ലാം എനിക്ക് അലർജി ആയിരു
ന്നു. പക്ഷെ എന്റെ ആ രഹസ്യ അറയിലെ പൊടിയും
അഴുക്കും മാത്രം എന്നെ ഉപദ്രവിച്ചില്ല. അതൊരു കലവറ
തന്നെയായിരുന്നു. ഉപയോഗശൂന്യമായ പഴയ സാധനങ്ങൾ.
അപ്പച്ചന്റെയും അമ്മച്ചിയുടെയും ആലപ്പുഴ വാസകാലം മുത
ലുള്ള ഫാൻ തുടങ്ങി ഈ വീട് പണിതപ്പോൾ മിച്ചം വന്ന
പ്ലംബിംഗ് സാധനങ്ങളും സ്വിച്ചുകളും വരെ. എങ്കിലും
എനിക്ക് ഏറ്റവും ഇഷ്ടമുള്ളത് കുറേ പഴയ പുസ്തകങ്ങളാ
യിരുന്നു. ഒരു കാലത്ത് റഷ്യൻ പുസ്തകങ്ങൾക്ക് വലിയ
വിലകുറവായിരുന്നുവത്രെ. തേക്കിൻകാട് മൈതാനിയിലും
മറ്റിടത്തുമായി ഇടയ്ക്കിടയ്ക്ക് അതിന്റെ എക്സിബിഷൻ
വരുമ്പോൾ പലപ്പോഴായി പണ്ട് വാങ്ങിച്ചു കൂട്ടിയ കുറേ
പുസ്തകങ്ങൾ. ബഹിരാകാശത്തെ കുറിച്ചും യാത്രികരെ
കുറിച്ചും USSR ഇന്റെ ശാസ്ത്രീയ മികവ് വിളിച്ചോതുന്ന
നിറയെ ചിത്രങ്ങളടങ്ങിയ വലിയ ചതുരക്കട്ടകൾ. അവരുടെ
നാടോടിക്കഥകളടങ്ങിയ   മറ്റു   പുസ്തകങ്ങളും.   പഴയ
Reader's Digest കൾ. കുറെ മറിച്ചു നോക്കും. കുറേകീറും.
മറ്റതിൽ ക്രയോൺസ് വച്ചു കളറടിക്കും. എത്ര കീറിയാലും
എത്ര നശിപ്പിച്ചാലും അപ്പച്ചനും അമ്മച്ചിയും ഒന്നും പറ
യാത്ത എന്റെ രഹസ്യ പരീക്ഷണശാലയായിരുന്നു അത്.

ഒരു മരത്തിന്റെ ഷെൽഫുണ്ടായിരുന്നു ആ മുറിയിൽ.
ഇപ്പോഴത് അടുക്കളയിലെ സ്റ്റോർ റൂമിലാണെന്നു തോന്നു
ന്നു. അതിനു മുകളിൽ ഒരു ചുവന്ന ബൈബിൾ ഉണ്ടായിരു
ന്നു. എഴുപതുകളിലെപ്പോഴോ അച്ചടിച്ച പുസ്തകമാണ്.

പുതിയ നിയമം മാത്രം. ചെറിയ അക്ഷരങ്ങളിൽ അച്ചടിച്ച ഇംഗ്ലീഷ് ബൈബിൾ. അന്നും വളരെ ബഹുമാനത്തോട് കൂടിയേ അത് കൈയിലെടുത്തിരുന്നുള്ളൂ. വളരെ മിനുസ മുള്ള പേജുകൾ. കട്ടിയുള്ള ചുവന്ന പുറംചട്ട. ആദ്യം കണ്ട നാളുകളിൽ ഒന്നും വായിച്ചതായി തോന്നുന്നില്ല. പിന്നീടുള്ള ഏതോ ഒരു അവധിക്കാലത്തു സ്റ്റീഫന്റെ പ്രസംഗം വായിച്ചു. സ്റ്റീഫന്റെ കൊലപാതകത്തിന് സാക്ഷ്യം വഹിച്ച് അത് ശരി വച്ച സാവൂളിനെ കണ്ടു. പോളിന്റെ മൂർച്ചയേറിയ വാക്കുകൾ വായിച്ചു കോരിത്തരിച്ചു. അതിനെല്ലാം ശേഷമാണ് യേശു വിനെ പരിചയപ്പെട്ടത്. മനുഷ്യൻ കണ്ട ഏറ്റവും പ്രകാശമേ റിയ വ്യക്തിത്വത്തെ ആ വാചകങ്ങൾക്കിടയിൽ കണ്ടെത്തി. ആ വാക്കുകളിലെ സ്നേഹവും കരുത്തും കരുതലും തിരിച്ച റിഞ്ഞു. അങ്ങനെ ഇരുട്ട് വീണ ആ രഹസ്യ അറ പലപ്പോഴും ജീവിതത്തിലെ ഏറ്റവും വെളിച്ചം നിറഞ്ഞ വായനനാഭുവ ങ്ങൾ സമ്മാനിച്ചു. കാലം എത്ര മാറിമറിഞ്ഞു. എത്രഎത്ര ജീവിതാനുഭവങ്ങൾ, കയ്പുള്ളതും മധുരമുള്ളതും. പക്ഷെ ഇന്ന് ഇതെഴുതുമ്പോഴും എന്റെ മേശപ്പുറത്ത് ആ ബൈബിലു ണ്ട്. അത് കാണുമ്പോൾ ഇടക്കെങ്കിലും ഓർക്കാറുണ്ട് എനിക്ക് പണ്ടുണ്ടായിരുന്ന ആ രഹസ്യ അറയെകുറിച്ച്, എന്റെ എണ്ണമറ്റ അവധിക്കാലങ്ങളെക്കുറിച്ച്....

ചിത്രരചനാ മത്സരങ്ങളുടെ കാലമായിരുന്നു അത്. വേനലവ
ധിക്ക് സ്കൂൾ അടച്ചിട്ട് രണ്ടാഴ്ചയാകുന്നതേയുണ്ടായിരുന്നു
ള്ളൂ. രാമുവിന് ഒരു മത്സരത്തിലെങ്കിലും പങ്കെടുക്കണമെന്നു
ണ്ട്. പക്ഷേ ഓരോ മത്സരത്തിനും അമ്പതും നൂറും ഒക്കെ
യാണ് പ്രവേശനഫീസ്. രണ്ടറ്റം കൂട്ടിമുട്ടിക്കാൻ പെടാപ്പാടു
പെടുന്ന അമ്മയോട് ചോദിച്ചിട്ട് കാര്യമില്ല. മൂന്നു സ്ഥലത്ത്

മാറിമാറി വീട്ടുജോലി ചെയ്തിട്ടാണ് അമ്മ അത്താഴത്തി
നുള്ള ഭക്ഷണം കൊണ്ടുവന്നിരുന്നത്. അച്ഛൻ ഉണ്ടായിരുന്നെ
ങ്കിൽ ...രാമു വെറുതെ ഓർത്തുപോയി. ഒരു പിടി ഓർമ്മകൾ
മാത്രമാണ് അച്ഛൻ തന്നിട്ട് പോയത്. വൈകീട്ട് അമ്മ വന്ന
പ്പോൾ മടിച്ചുമടിച്ച് രാമു കാര്യം പറഞ്ഞു. ആദ്യം പറഞ്ഞത്,
മത്സരങ്ങളിലെ സമ്മാനങ്ങളെകുറിച്ചാണ്. ഒന്നാം സ്ഥാന
ക്കാർക്ക് കാഷ് അവാർഡ്. രണ്ടും മൂന്നും സ്ഥാനക്കാർക്ക്
പുസ്തകങ്ങൾ. അങ്ങനെ അങ്ങനെ.....അവസാനം ആണ്
പ്രവേശഫീസിനെകുറിച്ച് പറഞ്ഞത്. അമ്മയൊന്നു നെടു
വീർപ്പിട്ടു. എന്നിട്ട് ഒന്നും പറയാതെ അടുപ്പിൽ തീയെരിയു
ന്നത് തന്നെ നോക്കി നിന്നു. കഞ്ഞി കോപ്പയിലേക്ക്
പകർത്തുന്നതിന് ഇടയിൽ അമ്മ തലയുയർത്താതെ പറ
ഞ്ഞു.

'മോൻ....മോന്റെ പീതാംബരൻ മാഷിനോട് ഒന്നു
പറഞ്ഞു നോക്കൂ.....നിന്നെ എല്ലാത്തിനും പ്രേത്സാഹിപ്പി
ക്കുന്ന ആളല്ലേ....അദ്ദേഹം എന്തെങ്കിലും വഴി കാണാതിരി
ക്കില്ല.'

സ്കൂളിനു തൊട്ടടുത്താണ് പീതാംബരൻ മാഷിന്റെ വീട്.
അവധി ആയതുകൊണ്ട് മാഷ് വീട്ടിലുണ്ട്. രാവിലെ തന്നെ
രാമു അവിടെയെത്തി. ആഗ്രഹം പറഞ്ഞപ്പോൾ അദ്ദേഹം
പുഞ്ചിരിച്ചുകൊണ്ട് പറഞ്ഞു.

'അതിനെന്താ രാമു....അടുത്ത ആഴ്ച്ച ടൗൺഹാളിൽ വച്ച്
ഒരു മത്സരമുണ്ടല്ലോ....അതിന്റെ സംഘാടകൻ എന്റെ ഒരു
സുഹൃത്താണ്. മൂപ്പര് ഭയങ്കര തിരക്കുള്ള ആളാണ്. എങ്കിലും
രാമുവിനു വേണ്ടി പ്രവേശനഫീസ് ഒഴിവാക്കാൻ ഞാൻ

പുള്ളിക്കാരനോട് പറയാം. ശനിയാഴ്ച രാവിലെ 9 മണിക്ക് തന്നെ എത്തിയേക്കണം കേട്ടോ...'

തിരിച്ചു നടക്കുമ്പോൾ രാമുവിന് എന്തെന്നില്ലാത്ത സന്തോഷം തോന്നി. ഇനി കഷ്ടിച്ചു പത്തു ദിവസം കൂടിയേ ഉള്ളൂ. ഒന്നാം സമ്മാനം എന്താണെന്ന് പീതാംബരൻ മാസ്റ്റ് റോട് ഒന്ന് ചോദിക്കാമായിരുന്നു. മാഷിന് ചിലപ്പോൾ അറി യില്ലായിരിക്കാം. എന്നാലും വെറുതെ ഒന്ന് ചോദിക്കാമായിരു ന്നു.

ആ പത്ത് ദിവസങ്ങൾ പത്തുവർഷങ്ങൾ പോലെയാണ് രാമുവിന് തോന്നിയത്. ഹോ...ആ ദിവസം ഒന്ന് വേഗം വന്നു ചേർന്നിരുന്നെങ്കിൽ, രാമു ആലോചിക്കും. എന്തെല്ലാമായി രിക്കും സമ്മാനങ്ങൾ....ഒന്നാം സ്ഥാനത്തിന് എന്തായാലും ക്യാഷ് അവാർഡ് തന്നെയായിരിക്കും. എങ്കിലും അത് എത്ര യായിരിക്കും.അതുകൊണ്ട് എന്തെല്ലാം വാങ്ങും. കുറച്ചു കഥാപുസ്തകങ്ങൾ, കുറച്ചധികം കപ്പലണ്ടിമുട്ടായി. അമ്മയ്ക്ക് വേണ്ടി എന്തെങ്കിലും വാങ്ങണം... ഒരു നല്ല സാരി വാങ്ങാം. എത്രകാലമായി അമ്മ ആ പഴയ രണ്ടു സാരികൾ മാറിമാറിയുടുക്കുന്നു. പിന്നെ അവസാനമായി ഒരു പെട്ടി ചായപെൻസിലുകൾ, അതായിരുന്നു അവന്റെ ഏറ്റവും വലിയ ആഗ്രഹം. കൂട്ടുകാരുടെ കൈയ്യിൽ നിന്നും ദാനം കിട്ടിയ ഒടിഞ്ഞതും ഉപയോഗശൂന്യമെന്നു തോന്നിക്കുന്നതു മായ ചില വർണ്ണകുറിപ്പുകൾ വെച്ചാണ് ഇത്രയും കാലം രാമു ആരും കാണാതെ പുസ്തകങ്ങളിൽ തന്റെ ഭാവനകൾ വരച്ചു ചേർത്തിരുന്നത്.....

ശനിയാഴ്ച രാവിലെ എട്ടു മണിക്ക് തന്നെ രാമു ടൗൺ ഹാളിനു മുമ്പിലെത്തി. കവാടത്തിനു മുമ്പിൽ സംഘാടകർ

വിശിഷ്ടാതിഥിയായ സ്ഥലം എംപിയെ സ്വാഗതം ചെയ്യാ
നുള്ള വലിയ ബാനർ വലിച്ചു കെട്ടുകയായിരുന്നു. അദ്ദേഹം
വരുന്നതിനുമുമ്പ് എല്ലാം ഒരുക്കാൻ വേണ്ടി സംഘാടകർ
തലങ്ങും വിലങ്ങും ഓടി.

പീതാംബരൻ മാഷ് പറഞ്ഞ ആൾ ഇതിൽ ആരായിരി
ക്കും. കൈമൾ മാഷ് എന്നാണ് അദ്ദേഹത്തിന്റെ പേര്. തോര
ണങ്ങൾ കെട്ടിക്കൊണ്ടിരിക്കുന്ന ഒരു ചേട്ടനോട് രാമു
കൈമൾ മാഷിനെ കുറിച്ച് തിരക്കി. അയാൾ അവനോട് രജി
സ്ട്രേഷൻ നടക്കുന്ന സ്ഥലത്തേക്ക് പോകാൻ ആവശ്യപ്പെട്ടു.
അവിടെ രണ്ടുപേർ മാത്രമാണ് ഉണ്ടായിരുന്നത്. ഒരാൾ വരി
വരിയായി നിൽക്കുന്ന കുട്ടികളുടെ കൈയ്യിൽ നിന്നും പ്രവേ
ശന ഫീസ് വാങ്ങി അവരവരുടെ പേര് ബാഡ്ജിലെഴുതി
തൊട്ടടുത്ത് നിന്നിരുന്ന പെൺകുട്ടിയുടെ കയ്യിൽ കൊടുക്കും.
അവർ അത് ഒരു മൊട്ടുസൂചിയിൽ കോർത്തു കുട്ടിയുടെ
ഷർട്ടിൽ കുത്തിവെച്ച് മത്സരം നടക്കുന്ന ഹാളിലേക്ക് കടത്തി
വിടും. എന്തോ വലിയ തിരക്കുള്ള പോലെയാണ് രണ്ടുപേരും
പ്രവർത്തിച്ചുകൊണ്ടിരുന്നത്. അയാൾ ധരിച്ചിരുന്നത് വളരെ
കട്ടിയുള്ള ചില്ലുകളുള്ള ഒരു കണ്ണടയാണ്. അതിനു പിന്നിലെ
കണ്ണുകൾ രാമുവിന് നിർജ്ജീവമായി തോന്നി.

രാമുവിന്റെ ഊഴം വന്നപ്പോൾ അയാൾ പ്രവേശനഫീ
സിനായി കൈനീട്ടി. അത് കൊണ്ടു വന്നിട്ടില്ല എന്ന് മാത്രമ
ല്ല, അത് എത്രയാണെന്ന് പോലും രാമുവിനറിയില്ലായിരുന്നു.

'കൈമൾ മാഷ് എവിടെയാണ്...?' രാമു വിക്കിവിക്കി
ചോദിച്ചു.

'മത്സരത്തിന് വന്നതാണോ അതോ കൈമൾ മാഷിനെ കാണാൻ വന്നതാണോ..? അയാൾക്ക് തീരെ സമയമില്ലാത്ത പോലെ തോന്നി.

'മത്സരത്തിന്...'

'എങ്കിൽ വേഗം ഫീസ് തന്ന് ബാഡ്ജ് വാങ്ങിച്ചു പോകൂ കുട്ടി....പിന്നിൽ ഇനിയും വരിവരിയായി കുട്ടികൾ നിൽക്കു ന്നത് കണ്ടില്ലേ...'

'പ്രവേശന ഫീസ് എത്രയാണ്...'

'50 രൂപ...'

അയാൾ കൂടുതൽ അക്ഷമനായി കൊണ്ടിരിക്കുകയായി രുന്നു.

'കൊണ്ടുവന്നിട്ടില്ല...'

'കൊണ്ടുവന്നിട്ടില്ലേ...കുട്ടി അങ്ങോട്ട് മാറി നിൽക്കൂ...അ ടുത്ത കുട്ടി വരൂ...'

രാമു ഇളിഭ്യനായി വരിയിൽ നിന്നും മാറി നിന്നു. കുട്ടിക ളെല്ലാവരും രാമുവിനെ നോക്കി ചിരിച്ചു. അധികനേരം പിന്നെ അവിടെ നിന്നില്ല. അവൻ പതുക്കെ ടൗൺഹാളിനു പുറത്തേക്ക് നടന്നു. കരച്ചിൽ വരുന്നുണ്ട്. പക്ഷേ അതിലും കൂടുതൽ ഒരു തരം മരവിപ്പായിരുന്നു. കാവാടത്തിന് പുറത്ത് ബാനറിനു താഴെ നിന്നിരുന്ന ഒരാളോട് അവൻ ചോദിച്ചു...

'കൈമൾ മാഷ്...?

'മാഷ് സ്വാഗതകമ്മിറ്റിയിലാണ്.....എംപിയെ ആനയിച്ചു കൊണ്ടുവരാൻ ഗസ്റ്റ് ഹൗസിലേക്ക് പോയിരിക്കുകയാണ്..'

പത്രക്കാരും ക്യാമറക്കാരും എല്ലാവരുമുണ്ടായിരുന്നു. അവൻ കുറച്ചു നേരം വെയിലത്തു തന്നെ നിന്നു. കൈമൾ മാഷ് വരുമായിരിക്കും...പക്ഷെ ഓരോ നിമിഷം കഴിയു ന്തോറും അവന്റെ പ്രതീക്ഷകൾ മങ്ങിമങ്ങി വന്നു. അവൻ ടൗൺഹാളിന്റെ മതിലിനു പുറത്തുള്ള ഒരു മരത്തണലിൽ പോയിരുന്നു. തൊട്ടടുത്ത് തന്നെ ഒരു തേപ്പുകാരൻ നിർത്തി യിട്ട ഉന്തുവണ്ടിയിൽ വസ്ത്രങ്ങൾ തേച്ചുകൊണ്ടിരുന്നു. അയാൾ കുറച്ചു കഴിഞ്ഞപ്പോൾ തേപ്പുപെട്ടി നിലത്തുവെച്ച് അതിലെ കരി മുഴുവൻ പുറത്തേക്കിട്ടു. എന്നിട്ട് തയ്യാറാക്കി വച്ചിരുന്ന കനൽ കുറച്ചെടുത്ത് പെട്ടി നിറച്ച് പിന്നെയും തേപ്പുതുടങ്ങി. രാമു ചൂടാറി കിടക്കുന്ന ഒരു കരികഷ്ണം കൈയ്യിലെടുത്തു. നിലത്ത് അശ്രദ്ധമായി എന്തോ വരച്ചുകൊ ണ്ടിരുന്നു. മനസ്സിൽ, കിട്ടുന്ന ക്യാഷ്പ്രൈസ് കൊണ്ട് വാങ്ങാൻ ഉദ്ദേശിച്ചിരുന്ന സാധനങ്ങളായിരുന്നു കഥാപുസ്ത കങ്ങളും കപ്പലണ്ടിമുട്ടായിയും അമ്മയ്ക്കുള്ള സാരിയും പിന്നെ ആ ചായപെൻസിലുകളും...ഒന്നും നടന്നില്ല. അവന് സങ്കടവും ദേഷ്യവും വന്നു. കരച്ചിലിനിടയിൽ അവൻ ആ കരികഷ്ണം വലിച്ചെറിഞ്ഞു. അത് ടൗൺഹാളിന്റെ മതിലിൽ കൊണ്ട് തെറിച്ചു. അവിടെയൊരു കറുത്ത പാടുണ്ടായതായി രാമു ശ്രദ്ധിച്ചു. അവൻ കണ്ണുകൾ തുടച്ച് ഒരു പുതിയ കരിക്കഷ്ണം കയ്യിലെടുത്ത് മതിലിൽ ഒരു ചിത്രം വരക്കാൻ തുടങ്ങി. ആ ടൗൺഹാളിന്റെ ചിത്രം തന്നെ. അതിന്റെ മതിലു കളും തൂണുകളും ഗോപുരങ്ങളും, മുകളിലെ ക്ലോക്ക് ടവറും ഉദ്യാനത്തിലെ ഗാന്ധി പ്രതിമയും എല്ലാം അതേ പടി, കരി കൊണ്ട്, പുതുതായി പെയിന്റ് അടിച്ച ടൗൺഹാളിന്റെ ചുവ രിൽ . ഇതിനിടയിൽ എംപിയെ ആനയിച്ചുകൊണ്ട് വന്ന വാഹനവ്യൂഹം ടൗൺഹാളിനകത്തേക്ക് കടന്നു പോയത്

അവൻ അറിഞ്ഞില്ല. പത്രക്കാരിൽ ഒന്നോ രണ്ടോ പേർ അവന് പിന്നിൽ വന്നു നിന്ന് അവൻ വരയ്ക്കുന്നത് നോക്കു ന്നതും അവൻ ശ്രദ്ധിച്ചില്ല. പിന്നില്ല ഒരാൾക്കൂട്ടം തന്നെയായ പ്പോഴാണ് അവൻ തിരിഞ്ഞു നോക്കിയത്. അവന്റെ ചിത്ര ത്തിന്റെ മേന്മകൊണ്ട് ടൗൺഹാളിനു പുറത്ത് തന്നെ എല്ലാ വരും നിൽക്കുകയായിരുന്നു. പത്രക്കാർ അവൻ വരച്ച ചിത്രം അവരുടെ ക്യാമറകളിലേക്ക് പകർത്തിക്കൊണ്ടേയിരുന്നു. ആൾക്കൂട്ടത്തിനു കാരണമെന്താണെന്ന് തിരക്കിയപ്പോൾ എംപിക്കും കൗതുകമായി. അയാളും നടന്നുചെന്ന് ആൾക്കൂ ട്ടത്തിനിടയിലൂടെ തിക്കികയറി ചിത്രം കണ്ടു. അത് വരച്ച കുട്ടി എന്തോ വലിയ കുറ്റം ചെയ്ത് പിടിക്കപ്പെട്ടവനെ പോലെ തലകുനിച്ച് അടുത്തന്നെ നിൽപ്പുണ്ട്. സംഘാടക രിൽ ഒരാൾ മുന്നോട്ടുവന്നു അവനോട് ചോദിച്ചു.

'ഇത് മോൻ വരച്ചതാണോ....?'

'അത്...അത്...അതെ...ഞാൻ തന്നെയാണ്...ഇവിടെ വര ക്കാൻ പാടില്ലെന്ന് എനിക്ക് അറിയില്ലായിരുന്നു...ഇത്തിരി വെള്ളവും ഒരു കഷ്ണം ചകിരിയും തന്നാൽ ഇപ്പോൾ തന്നെ ഇത് കഴുകി വൃത്തിയാക്കാം.'

സംഘാടകൻ മന്ദഹസിച്ചുകൊണ്ട് പറഞ്ഞു. 'മോൻ ഇത് ഒന്നും തന്നെ കഴുകികളയേണ്ടതില്ല...ആരും അത് ചെയ്യേണ്ട തില്ല...ഇത് ഈ ടൗൺഹാൾ ഉള്ള കാലത്തോളം ഇത് ഇവിടെ തന്നെ നിൽക്കും....'

അതുകേട്ടപ്പോൾ എംപിയടക്കം എല്ലാ പത്രക്കാരും കണ്ടുനിന്നവർ എല്ലാവരും തന്നെ ഒന്നടങ്കം കൈയടിച്ചു. അയാൾ തുടർന്നു...

'ഈ ചുവർചിത്രവും മത്സരത്തിനു ഉൾപ്പെടുത്തുന്നതാ യിരിക്കും...'

എല്ലാവരും വീണ്ടും കൈയടിച്ചു. പത്രക്കാരിൽ ഒരാൾ വിളിച്ചു പറഞ്ഞു...

'എംപിയും കൈമൾ മാഷും കുട്ടിക്കൊപ്പം നിൽക്കുന്ന ഒരു ഫോട്ടോ വേണം.'

ആശ്ചര്യത്തോടെ, തന്നോട് സംസാരിച്ച സംഘാടക നോട് അവൻ ചോദിച്ചു. 'സാറാണോ...കൈമൾ മാഷ്....?

'അതെ ....ഞാൻ തന്നെയാണ് കൈമൾ മാഷ്...'

സമ്മാനദാന ചടങ്ങിൽ എംപി പ്രസംഗത്തിനിടയിൽ പറ ഞ്ഞു.

'വർണ്ണങ്ങൾ വച്ച് കുട്ടികൾ വരച്ച ചിത്രങ്ങൾ കാണാ നാണ് നമ്മളിവിടെ വന്നത്. എന്നാൽ നമ്മൾ തിരിച്ചു പോകു ന്നത് നിറങ്ങളേക്കാൾ അഴക് ചിലനേരങ്ങളിൽ കറുപ്പിനുണ്ട് എന്ന് തിരിച്ചറിവുമായിട്ടാണ്. ഇത്തവണത്തെ ഒന്നാം സമ്മാനം പേപ്പറിലോ കാൻവാസിലോ വരച്ച ചിത്രത്തിനല്ല, മറിച്ച് ചിത്രരചനാമത്സരത്തിന് ഫീസ് പോലും കൊടുക്കാൻ കഴിവില്ലാത്ത ഒരു കുട്ടി കരികഷ്ണം കൊണ്ട് ഈ ടൗൺഹാ ളിന്റെ ചുവരിൽ വരച്ച ചിത്രത്തിനാണ്. ആ ചിത്രത്തിന്റെ സ്ഥാനവും മഹിമയും ഇനി ഈ ടൗൺഹാളിന്റെ ചുവരുകളി ലല്ല. മറിച്ച് നമ്മുടെയെല്ലാം ഹൃദയത്തിന്റെ ചുവരുകളിലാ ണ്....'

— ചുവർചിത്രങ്ങൾ

കഥകളാണിത്...കാലത്തിന്റെ കാതടപ്പിക്കുന്ന കുത്തൊഴുക്കി നിടയിലും ഇന്നലകളെ സ്നേഹിക്കാൻ ഒരിറ്റ് സമയം മാറ്റി വെച്ചവർക്ക് വേണ്ടി...ഒരു പക്ഷെ ഈ കഥകളിലെ വരികൾ നിങ്ങളെ സ്പർശിച്ചേക്കാം... നെമ്പരപ്പെടുത്തിയേക്കാം...നിങ്ങളുടെ ബാല്യത്തെയും കൗമാരത്തെയും ഓർമ്മിപ്പിച്ചേക്കാം...ഈ പുസ്തകത്തിന്റെ അവസാനത്തിൽ ഒരു യാത്ര അനിവാര്യമായി വരാം...നിങ്ങളുടെ സ്വന്തം ഹൃദയത്തിലേക്ക്... അതിന്റെ ചുവരുകളിൽ നിങ്ങൾ കാണാതെ കാലം വരച്ചുചേർത്ത ചിത്രങ്ങളിലേക്ക്....

— ചുവർചിത്രങ്ങൾ

ജോമി വടശ്ശേരിൽ ജോസ്

തൃശ്ശൂർ ജില്ലയിൽ 1985 ൽ ജനനം. പൂങ്കുന്നം ഹരിശ്രീ വിദ്യാ നിധി സ്കൂളിലും കോലഴി ചിന്മയ വിദ്യാലയത്തിലുമായി പ്രാഥമിക വിദ്യാഭ്യാസം പൂർത്തിയാക്കി. തൃശ്ശൂർ ഗവൺമെന്റ് മെഡിക്കൽ കോളേജിൽ നിന്നു MBBS ബിരുദവും, കോയ മ്പത്തൂർ ഗവൺമെന്റ് മെഡിക്കൽ കോളേജിൽ നിന്നു MD ജനറൽ മെഡിസിൻ ബിരുദാനന്തര ബിരുദവും, കോഴിക്കോട് മെഡിക്കൽ കോളേജിൽ നിന്ന് DM കാർഡിയോളജിയും കര സ്ഥമാക്കി. 2010–11 കാലഘട്ടത്തിൽ പട്ടാമ്പിക്ക് അടുത്തുള്ള മുതുതല ഗ്രാമപഞ്ചായത്തിൽ ഒരു വർഷത്തോളം NRHM നു കീഴിൽ സ്നേഹിതൻ ഡോക്ടറായി റൂറൽ സേവനം അനുഷ്ഠിച്ചു. 2014 –15 കാലഘട്ടത്തിൽ എറണാകളം ആസ്റ്റർ മെഡ്സിററി ആശുപത്രിയിൽ കാർഡിയോളജി വിഭാഗത്തിൽ സ്പെഷലിസ്റ്റ് ആയും ഇപ്പോൾ കോഴിക്കോട് മെയ്ത്ര ആശു പത്രിയിൽ കാർഡിയോളജിസ്റ്റ് ആയി ജോലി ചെയ്യുന്നു.